அம்மாவின் ரகசியம்

அம்மாவின் ரகசியம்

அம்மாவின் ரகசியம்

சுநேத்ரா ராஜகருணாநாயக

ஊடகவியலாளர், ஊடக ஆலோசகர், ஆவணப்பட இயக்குநர், நாடகாசிரியர், நடிகர், சஞ்சிகை ஆசிரியர், மொழிபெயர்ப்பாளர், வானொலி அறிவிப்பாளர், நாவலாசிரியர், கவிஞர், தியான ஆசிரியர் என பன்முகங்களைக் கொண்டவர்.

சிங்களம் மட்டுமல்லாது ஆங்கிலம், சமஸ்கிருதம் ஆகிய மொழிகளிலும் தேர்ச்சி பெற்றவர். இவரது நாவல்கள் திரைப் படங்களாகவும், தொலைக்காட்சி நாடகங்களாகவும் வெளிவந் துள்ளன. படைப்புகளுக்காகச் சாகித்திய விருதுகளையும், அரச விருதுகள் உட்படப் பல விருதுகளையும் வென்றுள்ளவர். 'புத்ததாசி' நாவலுக்காக All Ceylon Buddhist Congress விருது பெற்றார். இவ்வருடத்துக்கான (2011) தேசிய 'சுவர்ண புஸ்தக' விருதோடு ஐந்து இலட்சத்து ஐம்பதாயிரம் ரூபாய் பண முடிப்பையும் பெற்றுள்ளார். இதுவரை ஏறத்தாழ 47 தொகுப்புக் களை வெளியிட்டிருக்கிறார். இவரது குறிப்பிடத்தகுந்த பல படைப்புகள் ஆங்கிலத்தில் மொழிபெயர்க்கப்பட்டுள்ளன.

எம். ரிஷான் ஷெரீப்

மொழிபெயர்ப்பாளர்

பிறந்து, வளர்ந்து, வசிப்பது இலங்கையின் மாவனல்லை நகரத் தில். ஊடகவியலாளரான இவர், இலங்கைத் தொலைக்காட்சி யொன்றில் நிகழ்ச்சித் தயாரிப்பாளராகவும் நிகழ்ச்சித் தொகுப் பாளராகவும் செய்தியாசிரியராகவும் அறிவிப்பாளராகவும் பணி புரிந்து வருகிறார். கவிதை, சிறுகதை, கட்டுரை, ஓவியம், மொழி பெயர்ப்பு, புகைப்படம், குறும்படங்கள், ஆவணப்படங்கள் ஆகிய துறைகளில் செயல்பட்டுவரும் இவரது முதலாவது கவிதைத் தொகுப்பான 'வீழ்தலின் நிழல்' காலச்சுவடு பதிப்பக வெளி யீடாக 2010ஆம் ஆண்டு வெளிவந்துள்ளது.

முகவரி   :   இல –126, ஹெம்மாதகம வீதி,
                   மாவனல்லை,
                   இலங்கை.

மின்னஞ்சல் :   mrishansha@gmail.com

சுநேத்ரா ராஜகருணாநாயக

அம்மாவின் ரகசியம்

தமிழில்
எம். ரிஷான் ஷெரீப்

காலச்சுவடு பதிப்பகம்

அம்மாவின் ரகசியம் ◆ குறுநாவல் ◆ ஆசிரியர் : சுநேத்ரா ராஜகருணா நாயக ◆ சிங்களத்திலிருந்து தமிழில் : எம். ரிஷான் ஷெரீப் ◆ © சுநேத்ரா ராஜகருணாநாயக ◆ முதல் பதிப்பு : நவம்பர் 2011 ◆ வெளியீடு : காலச் சுவடு பப்ளிகேஷன்ஸ் (பி) லிட்., 669 கே. பி. சாலை, நாகர்கோவில் 629 001.

காலச்சுவடு பதிப்பக வெளியீடு : 401

ammaavin rakaciyam ◆ Tamil Translation of Gedara Budunge Rahasa ◆ Novellete ◆ Author : Sunethra Rajakarunanayake ◆ Translated from Sinhala by : M. Rishan Sherif ◆ © Sunethra Rajakarunanayake ◆ Language : Tamil ◆ First Edition : November 2011

Published by Kalachuvadu Publications Pvt. Ltd., 669 K.P. Road, Nagercoil 629 001, India ◆ Phone : 91 - 4652 - 278525 ◆ e-mail : publications@kalachuvadu.com

ISBN : 978-93-80240-55-8

11/2011/S.No. 401, kcp 712, 18.6 (1) 600

கலவர தேசத்துக்குள், தமது உயிர்களையும்
வாழ்வாதாரங்களையும் இழந்த மற்றும் இழந்துகொண்டிருக்கும்
அனைத்து உயிர்களுக்கும்!

நன்றி

இக்குறுநாவலை மொழிபெயர்க்க அனுமதி அளித்த எழுத்தாளர் சுநேத்ரா ராஜகருணாநாயகவுக்கும் மொழிபெயர்ப்பில் உதவிய சகோதரி கவிஞர் ஃபஹீமா ஜஹானுக்கும் குறுநாவலுக்குக் காத்திரமானதொரு முன்னுரையை எழுதித் தந்த எழுத்தாளர் அம்பைக்கும் இக்குறுநாவலை வெளியிட்டிருக்கும் காலச்சுவடு பதிப்பகத்துக்கும் அட்டைப்படத்தை வடிவமைத்திருக்கும் சந்தோஷுக்கும்.

எம். ரிஷான் ஷெரீப்

ஆசிரியர் கருத்து

இதுவரையில் பல நாடுகளுக்குப் பயணித்திருக்கும் நான், இந்தியாவை மட்டும் எனது சொந்த ஊராகவே கருதுகிறேன். இந்தியாவின் எல்லாப் பிராந்தியங்களிலும் எனக்கு நண்பர்கள் உள்ளனர். வருடத்தில் மிக அதிகமான நாட்களை நான் இந்தியாவில்தான் கழித்துவருகிறேன். விசா கிடைப்பதில் சிக்கல்களேதுமற்று இருந்திருப்பின், நான் இந்தியாவுக்கு நிரந்தரமாகக் குடி வந்திருப்பேன்.

இப்படைப்பானது, இலங்கையின் புகழ்பெற்ற தமிழ் எழுத்தாளர் ஒருவரினால் தமிழ்மொழியில் வெளிவருவதானது மிகவும் மகிழ்வுக்குரியதாகும். எனது குறுநாவல் தமிழில் வெளிவருவதால், தமிழ்நாட்டில், கேரளாவில் மற்றும் ஆந்திராவில் வசிக்கும் எனது நண்பர்கள் அனைவராலும் இதனை வாசிக்க முடியும் என எண்ணும்போதே மகிழ்வைத் தருகிறது. எனது ஏனைய தொகுப்புக்களும் தமிழில் மொழிபெயர்க்கப்படும் என எதிர்பார்க்கிறேன்.

இக்குறுநாவலுக்கு பெறுமதி மிக்க முன்னுரையை எழுதித் தந்த எழுத்தாளர் அம்பைக்கும் நூலை வெளியிடும் பதிப்பகத் துக்கும் எனது மனப்பூர்வமான நன்றி.

15.09.2011   சுநேத்ரா ராஜகருணாநாயக

மொழிபெயர்ப்பாளர் உரை

தெருவை அண்மித்து அமைந்திருக்கும் எனது வீட்டின் முன்னால் பிணம் எரிந்துகொண்டிருந்தது. அடையாளம் எதுவும் தெரியவில்லை. டயர்களுக்குள் வைத்து எரிக்கப்பட்ட அம்மனிதனின் பிணம் ஒரு நாளை தாண்டியும் புகைந்துகொண்டேயிருந்தது. முந்தைய நாள் நள்ளிரவு தாண்டி, எனது வீட்டின் முன் னால் கொண்டுவந்து எரியவிட்டிருந்தார்கள். பிணத் தின் வாடை, விசித்திரம் பார்க்க வந்தவர்களின் மூக்கைப் பொத்திக்கொள்ளச் செய்தது. ஜீப் வரும் ஓசை கேட்குமிடத்து எல்லாச் சனங்களும் ஓடி வந்து எனது வீட்டுக்குள் ஒளிந்துகொண்டனர். ஜீப் தாண்டிப் போய்விட்ட பின்பு ஒவ்வொருவராக வெளியே வந்து பிணத்தை எட்டிப் பார்த்து அதை அடையாளம் காண முற்பட்டனர். ஊருக்குள், கடத்தப்பட்டவர்களதும் பலவந்தமாகக் கொண்டு செல்லப்பட்டவர்களதும் உருவங்களைக் கண் முன்னே கொண்டுவந்து பிணத் தோடு ஒப்பிட்டுப் பார்த்தனர். தமது ஊகங்களை இரக சியக் குரலில் பரிமாறிக்கொண்டனர். மனித மண்டை யோடும் எலும்புகளும் தீயில் வெடிக்கும் ஓசை அன் றைய இரவில் கேட்டுக்கொண்டேயிருந்தது. பிணம் எரிக்கப்பட்ட பின்பு நாமும் எமது ஊர் மக்களும் அக் காலத்தில் வழமையாக குடிநீர் எடுத்து வரும் எனது வீட்டுக்கு அயலிலிருந்த கிணற்றில் தண்ணீரெடுக்க எவரும் வரவில்லை. பிணத்தின் சதைத் துண்டுகளை காகங்கள் கொண்டுவந்து கிணற்றில் இட்டுச் சென்றிருந்தன.

அப்பொழுது நான் சிறுவனாக இருந்தேன். நாட்டு நடப்புகள் குறித்து தெளிவாக விளங்கிக்கொள்ளும் வயதல்ல. வீடுகளில் வசிப்பவர்கள் இரவுகளில் தமது

அடையாள அட்டைகளை யன்னலோரத்தில் வைத்துவிட்டு உறங்கும்படி எச்சரிக்கப்பட்டிருந்தது மட்டும் இன்னும் நினை விலிருக்கிறது. 'சேகுவேராக் காலம்' (ஜே.வி.பி காலம்) என அக்காலம் குறித்து இப்பொழுதும் மனிதர்கள் கதைத்துக் கொள்கிறார்கள். எழுபதுகளிலும், எண்பதுகளிலும் சேகுவேரா வின் கொள்கையை அடிப்படையாகக்கொண்டு தீவிரமாக இயங்கி வந்த 'மக்கள் விடுதலை முன்னணி' எனும் இயக்கத்தை இலங்கையிலிருந்து முழுமையாக அகற்றிவிட வென, எழுபதுகளில் பிரதமராக இருந்த சிறிமாவோ பண்டார நாயக்கவும், எண்பதுகளின் இறுதியில் ஆட்சியிலிருந்த ஐக்கிய தேசியக் கட்சியும், மிகவும் உக்கிரமாகவும் வன்முறை மிக்க தாகவும் கட்டவிழ்த்துவிட்ட இராணுவமும் காவல்துறையும் இளைஞர்களை மிகவும் கொடுரமாக வேட்டையாடின. இயக்கத்தின் உறுப்பினர்களாக இருந்தவர்களோடு அப்பாவிப் பொதுமக்களும்கூட இவ்வேட்டையில் தப்பவில்லை. ஆண், பெண் பேதமற்று கொண்டுசெல்லப்படும் இந்த இளைஞர்கள் மிகவும் கொடுரமான சித்திரவதைகளுக்கும் வன்முறைகளுக் கும் ஆளாக்கப்பட்ட பின்னர் தெருக்களில் சந்திக்குச் சந்தி பகிரங்கமாக எரியவிடப்பட்டனர். அவர்களில் ஒருவர்தான் எனது வீட்டின் முன்பாகப் பிணமாக எரிந்து அழிந்தார்.

அக்காலத்தில் நாடு முழுவதும் இதுவே நிலைமையாகக் காணப்பட்டது. அக்கலவர காலத்தில் நிகழ்ந்த ஒரு உண்மைச் சம்பவத்தை அடிப்படையாகக்கொண்டே எழுத்தாளர் சுநேத்ரா வினால் இக்குறுநாவல் எழுதப்பட்டிருக்கிறது. அமைதியாக வாழ்ந்து வந்த ஒரு பெண்ணின் வாழ்க்கையும் ஒரு குடும்பத் தின் நிலைமையும் இராணுவத்தின் கொடுர நடவடிக்கைகளால் எவ்வாறு சிதைந்து போயிருக்கின்றன என்பதை நாவல் எளிய மொழியில் விளக்குகிறது. இது அக்காலத்திலும், இன்றும் ஒரு தனிநபரின் நிலைமை மாத்திரமல்ல. எனவேதான் நான் இதனை மொழிபெயர்க்கத் துணிந்தேன். அண்மைக்கால நிலவரங்களோடு ஒப்பிட்டுப் பார்த்து அக்கால கலவர பூமி யைப் புரிந்துகொள்ள நிச்சயமாகத் தமிழ் வாசகர்களால் முடியும் என நம்புகிறேன்.

இலங்கையில் மிக அதிகமான வாசகர்களைக்கொண்ட, புகழ்பெற்ற பெண் எழுத்தாளர் சுநேத்ரா ராஜகருணாநாயக. இவர் கையாளும் எளிமையான மொழிநடை முதன்முறை வாசிக்கும்போதே வாசகரை அவரது எழுத்துக்களின் பக்கம் ஈர்த்துவிடுகிறது. அவ்வாறுதான் நானும் ஈர்க்கப்பட்டேன். இவரது நாவல்களை வாசித்து முடித்த பிற்பாடு, ஒரு நாள் இவரது வீட்டுக்குச் சென்று இவரை நேரில் சந்தித்தேன்.

அன்றைய தினம் இவருடனான உரையாடல் சுமார் மூன்று மணித்தியாலங்களுக்கு மேல் நீடித்தது. இவரது படைப்புகள் பலவும் ஆங்கிலத்தில் மொழிபெயர்க்கப்பட்டுள்ளன. தமிழில் முதன்முறையாக இக்குறுநாவல் வெளிவருகிறது.

எனது வேண்டுகோளுக்கிணங்கி இந்நாவலின் பிரதியைப் பார்த்தவுடனேயே அருமையான முன்னுரையை எழுதித் தந்துள்ள எழுத்தாளர் அம்பையை இங்கு மகிழ்வுடன் நினைவுகூர்கிறேன்.

09.09.2011   எம். ரிஷான் ஷெரீப்

ரகசியம் பேசுதல்

பெண் வாழ்க்கையின் இடுக்குகளில் பொதிந்து கிடக்கின்றன பல ரகசியங்கள். அவை பல சமயம் அங்கேயே கிடந்து மக்கிப்போகின்றன கல்லாகக் கனத்த படி. அபூர்வமாகச் சில சமயம் அந்த ரகசியங்கள் பூப் போல மேலே மிதந்து வந்து இளைப்பாறலைத் தரும் வாய்ப்புகளை வாழ்க்கை ஏற்படுத்துகிறது. சில சமயம் ரகசியங்கள் மூர்க்கத்தனமாக உடைபடும் அபாயங்கள் நேர்கின்றன. சில சமயம் அவற்றைப் பேசியே ஆக வேண்டிய நிர்பந்தத்தைச் சிலர் எதிர்கொள்ளும்போது நூலிழை பிரிவதுபோல் மெல்ல மெல்ல அவை பிரிய லாம். அல்லது சலனமற்ற குளத்தில் எறிந்த கல்லைப் போல் அலைகளை ஏற்படுத்தலாம். அபூர்வமாக அவை அடுத்தவரின் மனத்தை இளக்கி உறவின் ஒரு மூடப் பட்ட சன்னலைத் திறக்கலாம். இந்தக் குறுநாவலில் வரும் முத்துலதாவுக்கும் ஒரு ரகசியம் இருக்கிறது. அது எப்படி உருவாகியது, அந்த ரகசியத்தை அவள் எப்படித் தாங்கினாள், ஏன், எப்படி அதை வெளியிடத் தீர்மானித் தாள் போன்றவற்றின் ஊடே கதை தன் பாதையை அமைத்துக்கொள்கிறது.

இந்தக் குறுநாவலை எழுதியிருக்கும் சுநேத்ரா ராஜகருணாநாயக சிங்களத்திலும் ஆங்கிலத்திலும் எழுதும் ஓர் எழுத்தாளர். கவிஞர், மொழிபெயர்ப்பாளர், விமர்சகர், ஊடகவியலாளர் மற்றும் இதழாளர். இதுவரை பல உயர் விருதுகளைப் பெற்றிருப்பவர்.

மிகச் சிறு வயதிலேயே எழுத ஆரம்பித்துவிட்டார் சுநேத்ரா. இடதுசாரி அரசியல் பற்றிய புரிதலும், எல்லோரையும் சமமாகப் பார்க்கும் மனப்பாங்கும்

உள்ள குடும்பச் சூழ்நிலையில் வளர்ந்த சுநேத்ராவுக்கு எழுதுவது என்பது மூச்சு விடுவதைப்போல எளிதாக இருந்தது. தான் கட்டாயம் ஒரு நாவலாவது எழுதுவோம் என்ற நம்பிக்கை இருந்தது அவருக்குச் சிறு வயதிலிருந்தே. 1999இல் இவரின் முதல் நாவல் வெளிவந்து மூன்று மாதங்களிலேயே விற்றுப் போனது. ஆனால் ஒரு விமர்சனம்கூட வரவில்லை. அதற்காக அவர் முயலவில்லை. தொலைக்காட்சியிலும், நாடகத் துறை யிலும், பத்திரிகைகளிலும் இவர் பல முறை செயலாற்ற நேர்ந்தபோதும் எந்தவித சமரசங்களுக்கும் உடன்பட மறுத்தே செயலாற்றினார். தொலைக்காட்சிகளில் பெண்களுக்கான நிகழ்ச்சிகள் வெறும் சமையல் நிகழ்ச்சிகளாக இல்லாமல் பெண்களைப் பாதிக்கும் பிரச்சனைகளைப் பேசும் ஒன்றாக மாற்றினார். நேரிடையாக இல்லாவிட்டாலும் மறைமுகமாக அரசியல் குறித்த விமர்சனங்களை வைக்கும் நிகழ்ச்சிகளைத் தயாரித்தார்.

பல கடுமையான, ஆபாசமான விமர்சனங்களை இவர் எழுத்து எதிர்கொள்ள நேரிட்டது. அரசுக்குச் சொந்தமான ஆங்கிலச் செய்தித்தாள் இவரது நாவல் 'பொது புருஷியா'வை கிட்டத்தட்ட ஓராண்டு தொடர்ந்து தாக்கி எழுதியது.

ஐக்கிய தேசியக் கட்சியின் அரசைக் கவிழ்க்க ஜனதா விழுக்தி பெரமுன (மக்கள் விடுதலை முன்னணி) கட்சி முயன்றபோது பல இளைஞர்கள் கொல்லப்பட்டனர். 1971 இலும் பிறகு எண்பதுகளின் இறுதியிலும் ஜேவிபி இயக்கம் கொடுரமான முறையில் நசுக்கப்பட்டது. பல்கலைக்கழக மாணவர்கள் வீதிகளில் மரித்தனர். பள்ளி மாணவர்கள்கூட கடத்தப்பட்டனர். ஜேவிபி இயக்கத்தினர் புனிதர்கள் இல்லை; அவர்களும் அரசியல் கொள்கையில் மாறுபட்டவர்களை, ஏழைகளை, இரக்கமில்லாமல் கொன்றார்கள். இந்த நாவலின் களம் சிற்றூர் ஒன்றில் பாதுகாப்புப் படையினரால் அலைக் கழிக்கப்பட்ட ஏழைச் சிங்களக் குடும்பம். அதிலுள்ள ஒரு பெண் மனத்தில் புதைத்திருக்கும் ரகசியம் ஒன்று கடைசி யில் வெளியே வருகிறது.

வெகு குறைவான விவரணைகள். சொற்களை விரயமாக் காத நடை. குறியீடுகளும் ஒப்புவமையும் கிடையாது. மிகை இல்லாத, மிகக் குறைந்த அளவுத் தளத்தில் உள்ள *minimalist* ஓவியம்போல் இருக்கிறது நாவல்.

சுநேத்ராவின் படைப்புலகை எட்டிப் பார்க்க அமைந்த ஒரு காலதர்தான் இந்த மொழிபெயர்ப்பு. இதன் பின் அப் படைப்புலகின் பெருஞ்சன்னல்களும் கதவுகளும் திறக்கப்படும்

வாய்ப்பு உண்டு என்று கட்டியம் கூறும் மொழியாக்கக் காலதர். இத்தகைய படைப்பு ஒன்றை அதன் எல்லா அம்சங் களும் ஊறுபடாமல் மொழியாக்கம் செய்வது மிகக் கடின மான வேலை. அதை ரிஷான் கவிஞராக இருப்பதால் மிகவும் செம்மையாகச் செய்திருக்கிறார். ஒரு வேளை இது தமிழில் தான் எழுதப்பட்டதோ என்று ஐயப்பட வைக்கும் மொழி யாக்கம்.

இந்த மொழியாக்கம் மூலம் சுநேத்ராவின் மற்ற படைப்பு களையும் தமிழுலகுக்குக் கொண்டுவருவார் என்ற எதிர் பார்ப்பை ஏற்படுத்தியிருக்கிறார் ரிஷான். ஒரு பெருங்காற்று இந்த நாவல். இது அடித்து ஓய்ந்ததும் புயலும் வெள்ளமும் கூடவே மந்தமாருதங்களும் வரும் என்று எதிர்பார்ப்போம். அவற்றையும் ரிஷான் தன்வசப்படுத்திக்கொண்டு நமக்கு அளிப்பார் என்று நம்புகிறேன்.

மும்பை,   அம்பை

ஆகஸ்ட், 2011.

1

முத்துலதா தனது புதியவீட்டைப் பெருமிதத் தோடு சுற்றிப் பார்த்தாள். அக்கம்பக்கத்தில் யாருக்குமே இது போன்ற தூய்மையான, பொருட்களெல்லாம் ஒழுங்காக அடுக்கிவைக்கப்பட்டுள்ள வீடுகள் இல்லை. வீட்டின் எல்லா இடங்களிலுமே புதிய மின்சாதனங்கள். இது போன்றதொரு அதிர்ஷ்டம் வேறு யாருக்கிருக் கிறது? அதிர்ஷ்டம்? அது அர்ப்பணிப்பும் உழைப்பும் வியர்வை, களைப்புமன்றி வேறேது? உடவளவ முத்து லதாவுக்கு, இதுபோல ஒழுங்காகப் பளிங்கு மாபில் பதித்த, பெறுமதியான துணிகளால் குஷன் செய்யப் பட்ட கதிரைகள், பீங்கான் களி பூச்சாடிகள், அழகான பளிங்கால் செதுக்கப்பட்ட உயர்ந்த கண்ணாடிகள், மின்னும் பீங்கான் களியால் செய்யப்பட்ட தேனீர்க் கோப்பைகள், புதுப் புது வடிவங்களில் செய்யப்பட்ட சீனத் தேனீர் பாத்திரங்கள், நிஜ மலர்களைப்போலவே செய்யப்பட்ட பூங்கொத்துக்களால் நிறைந்த வீட்டுக் கூடமொன்று கிடைக்குமென யார் நினைத்தது? ஒரு வெண்களி தேனீர்ச் சாடியானது பார்த்தவுடன் எந்த மாற்றத்தையும் காட்டாத சாதாரணமான ஒன்று. அதனுள் சூடான தேனீர் ஊற்றப்படும்போது கறுப்பு நிறத்தில் மகர ராசியின் உருவம் தோன்றுகிறது. முத்து லதா பார்த்த, அனுபவித்த செல்வந்தர்களது வாழ்க்கை முறைகளை யாரிடம் போய்ச் சொல்ல முடியும்?

முத்துலதாவின் வீட்டுக்கருகிலிருக்கும் அரச பங்களாக்களில் வசிக்கும் எசமானிகள் என்ன எசமானி கள்? முத்துலதா அறிந்திருப்பனவற்றில் பாதியாவது அவர்களுக்குத் தெரியாமலிருக்கும். பீங்கான் கூட்டுத் தாபனத்தின் மலிவுப் பொருட்கள்தான் அந்த வீடுகளில் இருப்பவை. லேஸ் துணியாலான கதவு, யன்னல்களின்

திரைச் சீலைகளில் தூசு படிந்து நிறம் மங்கிப் போயிருக்கும். அத்தோடு அவை உண்மையான லேஸ் துணியல்ல, வெறும் நைலோன் வகை என்பதுகூட யாருக்கும் தோன்றியிருக்காது. முத்துலதா சில்க் ப்ரொகேட் திரைச்சீலைகளுக்குப் பட்டுக் குஞ்சங்களும் வைத்திருக்கிறாள். அவை ஹொங்கொங், ஷெங்ஹை, பீஜிங்கில் மூன்று நான்கு கோடைகாலங்களைக் கடத்தியவை என யாராலும் சொல்ல முடியாது. ஊரில் மாணிக்கக்கல் வியா பாரிகளின் வீடுகளில் இருப்பவைகூட மலிவான மோனலிசா ஓவியமும் உலக வரைபடமும் மட்டும்தான். ஓவியர்களின் கையொப்பத்துடன் கூடிய ஓவியங்கள், முத்துலதாவின் வீட்டில் மிகச் சிறந்த சட்டங்களிடப்பட்டுத் தொங்கவிடப்பட்டிருக் கின்றன. பளிங்குப் பீங்கான்கள், கண்ணாடிக் கோப்பைகள் ஒரே வகையில் ஒரு டசின் சேகரிப்பது கடினம்தான் எனினும், கொழும்பு தனவந்தர்களின் வீடுகளில் கூட இவ்வாறான நல்ல, கலைநயமிக்க பாத்திரங்கள் இருக்காதென அவளுக்குத் தோன்றியது. வெள்ளைப் பின்னணியில் நீலப் பூக்களிட்ட பீங்கான் களிப் பூச்சாடிகளில் வெவ்வேறான வடிவத்திலிருந்த வெல்வெட் இலை பிகோனியா தாவர வகைகள் தூசு நிறைந்த சூழலுக்குப் பொருந்தவில்லை. அப் பூச்சாடிகளை, பூச்செடிகள் நட்டு, சீவிய பலகைகள் பொருத்தப்பட்ட அகன்ற யன்னல் சட்டங்களின் மீது, கண்காட்சிக்கு வைப்பதுபோல வைத் திருப்பதை விடவும், அவற்றைத் தானங்கள், சாப்பாடுகள் கொடுக்க வைத்துக்கொள்வது நல்லதென ஊர்மக்கள் பேசிக் கொண்டார்கள்.

அயலவரினதும், உறவினரதும் ஒழுங்கற்ற தன்மையே, புதிய வீட்டுக்கு இருந்த ஒரே தொந்தரவு. யாரும் வாசல் மிதியடியில் காலைத் துடைத்துக் கொண்டு உள்ளே வருவ தில்லை. முற்றத்துக்குக் குறுக்கே வெற்றிலைச் சாற்றைத் துப்பும் முன்பு இரு தடவை யோசிப்பதில்லை.

"நீ உலக ராஜ்ஜியங்களச் சுத்தி வரும்வரைக்கும் நான் உன்னோட குழந்த குட்டிகளப் பார்த்துக் கொண்டிருந்தன். அதுக்கு இங்க கிடைக்குற கவனிப்பு. இப்போ நீ பெரிய தோட்டக்கார எசமானன் மாதிரியல்லோ பேச்சு. இப்ப உனக்கு இந்த தாய்க்கிழவி பத்தியும் வெட்கமா இருக்கும்."

அம்மாவுக்குக் கோபம் வந்தால் பெண் நாகம் போல் சீறி ஒருமையில் அழைப்பாள். சில நேரங்களில் கீழ்த்தரமான வள், பெட்டை நாய் என்றெல்லாம் கூடச் சொல்லித் திட்டு வாள். மற்ற நேரங்களில் ஒருமையில் அழைப்பது, அன்பான

செல்லம் கொஞ்சும் தொனியில். வாழ்க்கையில் மிகவும் கஷ்டமான பிரச்சினைகளைத் தோளில் தாங்கிக்கொண்டு வந்திருந்தாலும், முத்துலதாவுக்கு விரைவில் கவலை தோன்றி விடுகிறது. அதிகமாகத் துயரப்படுவது பிற மனிதர்கள் சொல்ப வற்றுக்கல்ல. குடும்பத்தவர்களே வெளியிடும் தன்னைக் குறித் தான ஒழுக்கச் சான்றிதழ்களுக்குத்தான். அந்த நேரத்தில் கடந்த பல வருடங்களாக, நன்றாக அடக்கமாக வைத்திருந்த இதயம் அமைதியிழந்து, சாந்தமாகப் பேசும் தன்மையும் உடைந்து சிதறிப்போகும்.

"நானென்ன ஊர் சுத்தவா போனேன். நான் கடலைத் தாண்டிப் போனது இந்தக் குடும்பத்துக்கு உண்ண, குடிக்கக் கொடுக்கத்தான். இந்த வீட்டையும் நல்லாக் கட்டுறதுக்குத் தானே? நான் போனது என்னோட குழந்தைகள கௌரவமாக வாழச் செய்றதுக்குத்தானே? என்னை வயித்துல சுமந்து பெத்தெடுத்த அம்மாவே இப்படிக் கதை சொல்லும்போது வேத்து மனுஷிங்க சொல்லாமலிருப்பாங்களா? அதான் என் னோட விதி. அமைதியா விழுந்து கிடக்குற அதிர்ஷ்டமில்லாத்து. மாசக் கணக்குல ஒரேயடியா குளிர்ல கஷ்டப்பட்டு வேலை செஞ்சுட்டு வந்தா, தன்னோட வீட்டுலயே கிடைக்குற கெட்ட பெயரே போதும் வெஷம் கொஞ்சம் குடிச்சுச் சாகுறதுக்கு."

முத்துலதா மூச்சை ஆழத்துக்கு இழுத்துக் கவலைப்படும் போது அம்மாவுக்கும் கவலை தோன்றும்.

"நீ அழுவுறதுக்கு நான் ஏதாச்சும் சொன்னேனா? இந்த ஊர்ல மத்த பொம்பளைங்க உன்னப் பத்தி என்ன சொல் றாங்கன்னு உனக்குத் தெரியுமா?"

"எனக்குத் தெரிஞ்சுக்க வேண்டிய அவசியமுமில்ல. நானும் இங்க இந்த தூசிக் குப்பை ஊத்தைக் குவியலுக்குள்ள விழுந்து கிடந்திருந்தா அவங்களுக்குச் சந்தோஷமா இருந்திருக்கும். என்னோட புருஷன் இருக்காரா செத்துட்டாரான்னு தெரி யாம தவிக்கிறப்போ உதவிக்கு உபகாரத்துக்குன்னு யாராவது இருந்தாங்களா? இனி நானெதுக்கு இந்த ஒவ்வொரு பொட்ட நாயோட பேச்சையும் மதிக்கணும்? ஏன் நான் மட்டுமா, இந்தப் பக்கத்துலருந்து இன்னும் எத்தன பேர் டுபாய், சைப்ரஸ், அங்க இங்கன்னு போயிருக்காங்க?"

முத்துலதா சொன்னவை எதுவும் தனது தலைக்குள் ஏறாதது போல இருந்தாள் அம்மா. ஊரில் சொல்லப்படும் எல்லாக் கதைகளையும் முத்துலதா கேட்டுத்தான் ஆகவேண் டும் என வேண்டுகோள் விடுத்ததைப் போல அவள் தொடர்ந் தும் சொல்லிக்கொண்டேயிருந்தாள்.

"நேத்து அந்தி நேரம் பலகைக்கடையில வச்சு பேமவதிய சந்திச்சன். நீ வந்திருக்கிறது தெரிஞ்சும், நீ இந்த வீட்ட கோயிலப் போல மின்னும் பீங்கான் செங்கலெல்லாம் வச்சுக் கட்டி யாரும் அத மிதிக்கிறத விரும்புறதில்லன்னு ஒவ் வொருத்தரும் சொல்றதால அவ இந்தப்பக்கம் வரல்லன்னு சொன்னா. நீ இந்த மாதிரி பெருமத்தனத்தாலேயோ அகங் காரத்தாலயோ அப்படிச் சொல்லல. வீட்டாட்களுக்குத்தான் சேற்றை மிதிச்சுட்டு உள்ளே வரவேணாம்னு சொன்னதா நான் சொன்னன். சாணி பூசிய நிலத்துலன்னாலும் கால வைக்கிறதுக்கு முன்னால காலத் தொடச்சிக்குற பழக்கம் இருக்கில்லையான்னும் அவள்கிட்ட சொன்னன்."

"பாருங்க. அம்மா அங்கே எல்லாம் பதில் கொடுத்துட்டு வந்தல்லோ இங்க எங்கிட்ட சண்டை பிடிக்குறீங்க?"

"அதில்ல பிள்ள காரணம். அங்கிருந்த குமரிகள், பெருசு கள், அந்த வயிறு பெருத்த தடிச்ச முதலாளின்னு எல்லோரும் சொன்னது வெளிநாட்டுச் சாப்பாடு ருசி பார்த்ததுக்கப்புறம் இப்ப நீ ஊர் மக்களை ஏறெடுத்தும் பார்க்குறதில்லன்னுதான்."

அம்மா கோபப்பட்டது சேற்றுக் காலோடு வீட்டுக்கு வராதே எனச் சொன்னதற்கல்ல, கடைச் சந்தியில் பேசப் பட்ட காடைத்தனமான பேச்சுக்களுக்காகத்தான் என்பது முத்துலதாவுக்குப் புரிந்தது.

அம்மாவும் மகளும் கொஞ்ச நேரம் அமைதியாக இருந் தார்கள். அம்மாவுக்கு முத்துலதாவின் கணவன் நினைவில் வந்தான். அவன் திம்பொல்கெடிய பலகைக் கூட்டுத்தாபனத் தில் நிலையான அரச உத்தியோகம் பார்த்தபடி நன்றாக இருந்தான். முத்துலதாவும் அவனும் ஒருவரையொருவர் பார்த்துக் கொள்ளும்போது அவளுக்குப் பதினாறு வயது பூர்த்தியாக மூன்று, நான்கு மாதங்கள் மிச்சமிருந்தன. அவனுக்கு முத்துலதாவை விடவும் இருமடங்கு வயது. ஒல்லியானவன். நோய் கண்டவன் போல. முத்துலதா அப்படியில்லை. பதினாலு வயதாகும்போதே நல்ல உயரம். உடலில் நல்ல பூரிப்பு. பெரிய சுருள்களோடு பின்புறமாக நீண்டு விழுந்த கூந்தல். ஒவ்வொரு நாளும் காலையில் எண்ணெய் வைத்து, சிக் கெடுத்து, கையகலத்துக்கு இரு கற்றைகளாகப் பின்னிவிட அம்மா வேண்டும். அப்போதே அவள் தந்தை சாரதித் தொழில் செய்ததோடு, இன்னுமொரு பெண் பழக்கமாகி, இவர்களை விட்டுவிட்டுப் போய்விட்டிருந்தார். ஊர் மக்கள் 'ஸோ மீல்' என வாய்ப் பழக்கத்துக்குச் சொல்லும் பலகைக் களஞ்சியப் பொறுப்பாளரது வீட்டில் அம்மா வேலைசெய்

                    அம்மாவின் ரகசியம்

தாள். அம்மா, வேலைசெய்து முடித்து அங்கு தரப்படும் எஞ்சிய உணவுகளை எடுத்துக்கொண்டு இரவில் வீட்டுக்கு வருவாள். அந்த வீட்டுப் பெண்களின் பழைய உடைகளைத் தான் முத்துலதா தினமும் அணிய வேண்டியிருந்தது. அம்மா வென்றால் அவற்றுக்காக நிறைய இரைஞ்சினாள். முத்துலதா வுக்குத் தொடர்ந்தும் அதுபோல மடிந்து, கையேந்தி நிற்க விருப்பமிருக்கவில்லை. சிறுவயதிலிருந்தே முத்துலதாவுக்கு அதைவிடவும் நல்ல வாழ்க்கை, தேவையாக இருந்தது. திருமணம் செய்ய முடிவெடுத்த முத்துலதா அம்மாவுக்குச் சொன்னது ஒன்றே ஒன்றுதான்.

"நிரந்தரத் தொழிலுள்ள ஒருத்தனக் கட்டிக்கிறது நல்லம். வயசு அதிகம்னாலும், பார்க்குறதுக்கு நல்லா இல்லன்னாலும் அதால வேலையில்ல."

அம்மாவுக்கு அம்மனிதனின் வயது ஒரு பிரச்சினையாக இருக்கவில்லை. கல்யாணத்தைப் பதிவுசெய்துகொள்ளும் முன்பு, அவள் வயிற்றில் சுமந்துவிடாமல் அவளைப் பாது காப்பதுதான் அம்மாவின் பொறுப்பாக இருந்தது. வேறு நகரங்களிலிருந்து அரச தொழிற்சாலைகளுக்கும் அலுவலகங் களுக்குமென வந்த மனிதர்களால் எத்தனை பெண்கள் கஷ்டத்தில் விழுந்திருப்பார்கள்? பாலமொன்று கட்ட வந் தாலும் பாதை வெட்ட வந்தாலும் வெளியே இருந்து வருப வர்களால் ஊர்ப் பெண்களுக்கு எவ்வளவு அவதூறுக் கதைகள் உருவாக்கப்பட்டிருக்கும்?

பேபிநோனா முத்துலதாவின் தந்தையைச் சந்தித்ததும் அவ்வாறுதான். பேபிநோனாவின் ஓலைக்குடிசையருகே மண் பாதையில் புழுதியைக் கிளப்பியபடி பெரிய லொறியொன் றில் உற்றுப்பார்த்தபடி சென்ற அடர்த்தியான மீசைக்காரன், சேனையொன்றைக் கொத்துபவனை விடவும் கம்பீரமான வனாகத் தெரிந்தான். பேச்சிலும் வித்தியாசம். சட்டைக் காலரில் வியர்வை அழுக்குப் படியாமலிருக்க சிவப்புக் கைக்குட்டையைக் கழுத்தைச் சுற்றிப் போட்டுக்கொண்டு, லொறியிலிருந்து வெளியே கழுத்தை நீட்டி ஹோர்ன் அடிக்கும் போது பேபிநோனாவுக்குக் கட்டுப்பாடற்றுப் போனது. விவாகப் பதிவெதுவும் எழுதாமலேயே வயிற்றில் சுமக்கத் தொடங் கினாள். அப்போது காணாமல் போனவன் பற்றி மாதக் கணக்கில் எந்தத் தகவலும் இல்லை. முத்துலதா கைக்குழந்தை யாக இருக்கும்போது திரும்ப வந்தான். அந்தத் தடவை ஒரு வருடம் போல அவர்களுடன் இருந்துவிட்டு இரண்டா வது குழந்தையை அவள் வயிற்றில் சுமக்கும்போது திரும்பவும்

காணாமல் போனான். இந்த மாதிரி ஆடிக்கொரு நாள், அமாவாசைக்கொரு நாள் வந்துசெல்லுமொருவன் எதற்கு? முத்துலதா பெரியவளான பின்னால், பேபிநோனாவும் தன் கணவனோடு இணக்கமாகிவிட்டாள். இதுபோன்றதொரு துயரத்தை மகளும் அனுபவிக்க இடம் கொடுப்பதெப்படி?

"அரசாங்கப் பதிவுப் புத்தகத்தில் எழுதிட்டு வேண்டியதச் செஞ்சிக்கோ. இல்லன்னா நான் பெரியல் சந்திக்குப் போய் தீ வச்சுக்குவேன்."

பேபிநோனா சத்தம்போட்டாள். விளக்குமாறொன்று உடையும்வரை முத்துலதாவுக்குத் தடியால் அடித்த நாளில் உதயசிறிக்கு தாங்கிக்கொள்ள முடியாமல் போய்விட்டது. அவன், தனது வீட்டாருக்குக் கூடத் தெரிவிக்காமல் முத்து லதாவைத் திருமணம் செய்தான். பேபிநோனா எப்படியோ அவனைத் தன் வலையில் வீழ்த்திவிட்டதாக திம்பொல் கெட்டிய பகுதிப் பெண்கள் கதைத்துக்கொண்டார்கள்.

2

உதயசிறிக்கு கூட்டுத்தாபனத்தின் உத்தியோகபூர்வ இல்லமொன்று கிடைத்தது. பேபிநோனா வேலை செய்யும் வீட்டின் அளவுக்கு இடமில்லை எனினும், அது முத்துலதா வசித்துவந்த மண்குடிசையை விடவும் மிகவும் சிறந்தது. மின்சாரம் இருப்பதே போதாதா. முத்துலதா முற்றத்தில் மரக்கறியும் பூச்செடிகளும் நட்டாள். அரசுக்குச் சொந்தமாயிருந்த காட்டைத் துப்புரவாக்கி பயறு பயிரிடுவோம் என உதயசிறியிடம் சொன்னாள். ஆனால் உதயசிறிக்கு அதுபோன்று கைகால் வீசி பாடுபட்டு உழைப்பதில் கள்ளம்.

"அப்படின்னா நாங்க மாசாமாசம் பணம் கட்டுற துக்காவது ஒரு தையல் மெஷின் வாங்குவம். அப்ப எனக்கும் இந்தச் சந்தைக்குத் துணிமணி தச்சுப் போட்டு எவ்வளவாவது தேடிக் கொள்ளலாம்."

உதயசிறி அதைத் தடுக்கவில்லை. முத்துலதா ஒரு போதும் தையல் இயந்திரம் மிதித்தில்லாவிடினும் அதைக் கொண்டுவந்த நாளிலிருந்து வாடகைக்குத் தைக்கத் தொடங்கினாள். கூட்டுத்தாபன பெரியவரின் மனைவி, அவளுக்கு ரவிக்கை வெட்டச் சொல்லிக் கொடுத்தாள். அந்த வீட்டுக்கு வாங்கும் பெண்கள் பத்திரிகைகளி லிருந்த துணி வெட்டும் முறைகள், தைக்கும் முறைகள் இருந்த பக்கங்களை முத்துலதா கேட்டு வாங்கிக்கொண் டாள். துணி தைக்கக் கொடுத்தவர்கள் கொஞ்சம் கொஞ்ச மாக இரண்டு, மூன்று தவணைகளில் பணம் கொடுத் தார்கள். வனப்பாதுகாப்பிடத்தின் நாற்றுமேடைகளுக்கு நீரூற்றும் பெண்களுக்கு, சேனைகளில் வேலைசெய்து கொண்டிருந்த பெண்களுக்கு ரவிக்கை உடலோடு ஒட்டியிருக்கத் தேவையற்றிருந்ததால் ஆரம்பத்தில் தையலில் குறைபாடுகள் இருந்தும் யாருக்கும

தெரியவில்லை. ஆனால் அதிக காலம் செல்வதற்கு முன்பே உடலோடு ஒட்டி நிற்கும்படி அளவாகத் தைக்கும் விதத்தை முத்துலதா அறிந்துகொண்டாள்.

முத்துலதா ஏலச் சீட்டொன்றில் சேர்ந்தாள். அதிலும் கடைசி எண் வரும்வரை பொறுத்திருந்ததால் கூடுதலான பணம் கிடைத்தது. முத்துலதா அப் பணத்தில் குஷன் கதிரை களும் கண்ணாடி அலுமாரி ஒன்றும் வாங்கக் கனவு கண்டாள். ஆறு கதிரைகளோடு சாப்பாட்டு மேசையும் பீங்கான் பாத் திரங்களும் கண்ணாடிப் பொருட்களும் எல்லாப் பெண் களினதும் கனவுலகத்தில் இருக்கின்றன. ஒருநாள் முத்துலதா கேட்டு வாங்கிவந்த பத்திரிகையொன்றில் தொப்பி தைத்து பணக்காரனாகிய ஒருவரைப்பற்றி எழுதப்பட்டிருந்தது. அன்று இரவு விடியும்வரை முத்துலதாவுக்கு உறக்கம் வரவில்லை. மேசை, கதிரை வாங்குவதற்குப் பதிலாகத் தொப்பி தைக்க துணி வாங்குவது பயனுள்ளதென முத்துலதா, உதயசிறியிடம் சொன்னாள்.

"நாங்க தொப்பி தைக்கத் தொடங்கினா மனுஷங்க தலைகளில்லாம பிறப்பாங்க" உதயசிறி தூக்கக் கலக்கத்தில் சொன்ன பதிலைக் கேட்டு, முத்துலதா பின்வாங்கவில்லை.

தேக்கு மரக் கன்றுகளிடையே காற்று புகுந்து வரும் ஓசையானது, பெண்கள் கூட்டமொன்று அரிசி தூற்றுவதைப் போலக் கேட்கும். முத்துலதா தேக்குக் காற்றையும் வீட்டுக்குப் பின்புறத்திலிருக்கும் சிறிய காட்டில் ஆந்தையொன்று அலறும் சத்தத்தையும் கேட்டவாறு தொப்பி தைப்பது பற்றி யோசித்துக் கொண்டிருந்தாள். குழந்தைகளின் உறக்கம் கலையும் என்பதற் காகப் பொறுமையாக இருந்தாளே ஒழிய, இல்லாவிட்டால் அந்த நள்ளிரவே அவள் பழைய பாவாடையொன்றை வெட்டி யேனும் தொப்பியொன்று தைத்துப் பார்த்திருப்பாள். அடுத்த நாள் கடைகள் திறக்கும் நேரத்தில், கையில் வெற்றிலைகளும் பலகாரங்களும் செய்து எடுத்துக் கொண்டு அவள் சென்றது நகரத்தில் தையற்கடையொன்றை நடத்திவரும் தன் உறவின ரொருவரைச் சந்திப்பதற்காகும். அவர், தான் ஒதுக்கிவைத் திருந்த நிறையத் துண்டுத் துணிகளையும் கொடுத்து, தொப்பி தைக்கும் வடிவம், அளவுகள் இரண்டு மூன்றையும் வெட்டிக் கொடுத்தார். முத்துலதா வெற்றிப் புன்னகையோடு வீடு வந்தாள். அவள் தைத்த தொப்பிகள், குழந்தை உடைகள், உள்ளாடைகள் என்பன சந்தையில் நன்றாக விற்பனையாகின. முத்துலதா மேசை, கதிரை வாங்காமல் சீட்டுப்பணத்தை வங்கியில் சேமிப்பில் வைத்துக்கொண்டாள். இன்னும் இரண்டு

  அம்மாவின் ரகசியம்

மூன்று தையல் இயந்திரங்கள் அவளது மனதில் இருந்தன.

உதயசிறி சொன்னது சரிதான். சிறிய மாற்றமே இருந்தது. தலையற்றுப் பிறப்பதற்குப் பதிலாக, இளைஞர்களின் தலைகள் இல்லாமல் போகும் காலமொன்று வந்தது. தலையற்ற உடல் பாகங்கள், பாதி எரிக்கப்பட்டவர்கள் வீதிகளின் ஓரங்களில் போட்டுச் செல்லப்பட்டிருப்பதாகத் தகவல்கள் கிடைத்தன. அரசியலில் இருந்தாலும் இல்லாவிட்டாலும் சிறிய தகராறு களுக்கும் ஆட்கள் கொலைசெய்யப்படும் காலமொன்று வந்தது. உதயசிறி ஒருபோதும் அரசியல் பற்றிக் கதைக்கும் ஒருவனல்ல. ஆனாலும் அவனுக்கு அரசியல் பத்திரிகைகள் வாசித்துப் பார்க்கும் ஆர்வமிருந்தது. பல்கலைக்கழகம் மூடப்பட்டுவிட்ட தால், ஊரிலிருந்தால் வீண் சந்தேகங்களுக்கு ஆளாக வேண்டி வருமென எண்ணி உதயசிறியின் தம்பியும் திம்பொல்கெடிய வுக்கு வந்து அவர்களுடனிருந்தான். முத்துலதாவின் மைத் துனன், அவளது தம்பிகளைப் போல அல்ல. தூரத்திலிருந்த கிணற்றிலிருந்து ஒரு வாளித் தண்ணீர் கொண்டுவந்து தரவோ, குழந்தைகளைப் பார்த்துக்கொள்ளவோ 'அண்ணி, நான் செய்றேன்' என அவன் முன்வந்தானில்லை. முத்துலதா அவித்துக் கொடுப்பதை விழுங்கி, நாள்முழுதும் புத்தகங்கள் படித்தபடியும், ஏதாவது கிறுக்கிக் கொண்டுமிருப்பதே அவனது வேலையாயிற்று. முத்துலதா வாயிலிருந்து ஒரு வார்த்தையாவது வெளியே விடாமல் உள்ளுக்குள் புழுங்கிக்கொண்டிருந்தாள். மண்வெட்டியெடுத்துப் பயிர்நிலம் கொத்துவதற்குக்கூட எண்ணம் வராத, முற்றத்திலிருக்கும் புற்பூண்டுகளைக்கூடப் பிடுங்கிப் போட முடியாத ஒரு பட்டதாரி எதற்கென முத்துலதா உதயசிறியிடம் புறுபுறுத்துக் கொண்டிருந்தாள். முத்துலதாவின் தம்பிகள் அவ்வாறில்லை. அவர்கள் குரக்கன் தண்டு உயரத்துக்கு வருமுன்பே பயிர்நிலங்களில் வேலை செய்தார்கள். இரத்தினச் சுரங்கங்களில் இறங்கினார்கள்.

"உங்க தம்பிக்கு முழுநாளும் இப்படி வீட்டுக்குள்ள இருந்தே நோய் வந்துடும். காத்து, வெயில் கொஞ்சம்கூடப் படாத சோம்பேறித்தனம் நல்லதில்லதானே. நம்ம தம்பிகளோட சேர்ந்து பயறு வெதைக்கிறதுக்கு கொஞ்சம் நெலத்தக் கொத்தி னாலும் அவனுக்கும் நல்லதுதானே?"

"அவனுக்கு அதெல்லாம் செஞ்சு பழக்கமில்லையே. அவனோட எலும்பு தெரியுற உடம்பப் பாரு. வெறும் கோட்டுக் குச்சி மாதிரி. சின்ன வயசிலிருந்தே நோய்காரன். சோம்பேறி."

"இந்த வீட்டுல எல்லா இடத்திலுமே தூசி. யாராச்சும் துடைச்சிக் கூட்டினாத்தானே" சொல்லியபடி, முத்துலதா தோளில் தாடையை இடித்து, தும்புத்தடியால் வேகமாக வீட்டைக் கூட்டிப் போனாள்

ஒருநாள் இராணுவ ஜீப்பொன்று உதயசிறியின் தம்பி யைத் தேடி வந்திருந்தது. வந்த விதம் நல்லதல்ல என்பதை முத்துலதா உணர்ந்தாள். இதயத்துடிப்பை அடக்கி, ஆழ்ந்த மூச்சை உள்ளெடுத்தாள் முத்துலதா.

"சேர்... அந்தப் பையன் இங்கே வந்திருந்தான்தான். மலேரியா வந்ததால திரும்பப் போய்ட்டான்."

இராணுவ சார்ஜண்ட் மேசை மேலிருந்த தொப்பிகளைக் கவனமாகப் பரிசோதித்தான்.

"இதெல்லாம் நான் சந்தைல விக்குறது சேர்" முத்துலதா நடுங்கும் தொனியில் சொன்னாள்.

"ம்ம்... கைகள் ரெண்டுக்கும் நல்லம் போல!" சார்ஜண்ட் இரு கைகளைப் பார்ப்பதைப் போலவே நெஞ்சையும் பார்த் தான். முத்துலதாவின் மூத்த மகனுக்கு அப்போது ஐந்து வயது. அந்தப் பார்வை புரியாமலிருந்தும் மனதிலிருந்த அச்சத் தின் காரணமாக முத்துலதா அக்குழந்தையைத் தூக்கி வைத்துக் கொண்டாள்.

"உன்னோட புருஷன் என்ன பண்றான்?" கேட்டபடி அங்குமிங்கும் பார்த்த சார்ஜண்டின் விழிகள் அங்கிருந்த அரசியல் பத்திரிகைக் குவியலின் மேல் நிலைத்தன.

"ம்... ம்... இதோ சாமான். உன்னோட புருஷன் இதையெல்லாம் பார்க்குறானா?" சார்ஜண்ட் மேலாலிருந்த பத்திரிகையை, அதிலேதோ அசுத்தமானவொன்று படிந் திருப்பதைப் போல வாயைக் கோணி விரல் நுனிகளால் பிடித்து உயரத் தூக்கினான்.

"அவனுக்கு கேம்ப்புக்கு வரச் சொல்லு."

"ஐயோ சேர். என் வீட்டுக்காரர் சரியான அப்பாவி. மத்தவங்கள மாதிரி எங்கேயும் போறது கூட இல்ல. வேலை விட்டு வந்தா புள்ளகளோடு விழுந்து கிடப்பார்."

"ம்... ம்... ஆனா அவன் பொட்டச்சி இல்லல்ல? கால் ரெண்டும் இருக்குல்ல? அதனால சைக்கிள் மிதிச்சி கேம்புக்கு வரவும் ஏலுமாயிருக்கும்."

சார்ஜண்ட் கேலிச் சிரிப்போடு பத்திரிகைக் குவியலுக்கு காலால் உதைத்தான்.

ஜீப் போன உடனேயே முத்துலதா முன்னறை கயிற்றுக் கட்டிலின் கீழிருந்த தன் மைத்துனனின் உடைமைகள் எல்லா வற்றையும் எடுத்துப் பழைய துணி மூட்டையொன்று போல தோன்றச் செய்ய பழைய படுக்கை விரிப்பொன்றில் வைத்துச் சுற்றி முடிச்சிட்டாள். இராணுவத்தினர் அந்த அறையில் எதையும் தேடிப்பார்க்காதது புதுமையான அதிர்ஷ்டமென முத்துலதா பேபிநோனாவிடம் சொன்னாள். அந்த நேரம் அவளுடைய மைத்துனன் ஆற்றுக்குக் குளிக்கப் போயிருந் தான். ஜீப் வந்திருப்பதைக் கண்ட ஒருவர், அவனிடம் வீட்டுக் குப் போகாமல், தேக்குக் காட்டுக்குள் போய் ஒளிந்துகொள் ளும்படி சொல்லியிருந்தார்.

"மனுஷ உசிரொண்ணு இல்லையா" என்ற பேபிநோனா, பயத்தில் நடுங்கிக்கொண்டிருந்த இளைஞனைப் பெரிய காட்டுக்குள் இருந்த அவளுடைய தம்பியின் சேனைக்கு அழைத்துச் சென்றாள். முத்துலதா அவனது புத்தகங்களை யெல்லாம் தீயில் எரித்துவிடும்படி சொல்லி பேபிநோனா விடம் கொடுத்தாள்.

"அம்மா, இனி பெரிய ஐயாக்கள் மாதிரி சும்மா வெட்டியா இருக்காம சேனையில ஏதாவது வேலை செய்யும் படி சொல்லுங்க" பேபிநோனா வெளியிறங்கும்போது முத்து லதா நினைவூட்டினாள்.

அந்தச் சம்பவம் எல்லா இடத்திலும் பரபரப்பாகப் பரவிச் சென்றுவிட்டது. உதயசிறியும் ஓடி வந்துவிட்டான்.

"வேலத்தளத்துக்கு வந்து என்னக் கூட்டிட்டுப் போகாதது ஆச்சரியம்தான்" உதயசிறி நெஞ்சைப் பிடித்துக்கொண்டு கூடத்துத் திண்ணையில் அமர்ந்துவிட்டான்.

"உங்க பேர்ல எந்த முறைப்பாடுகளும் இருக்காதுதானே. இப்ப இந்த வேண்டாத பத்திரிகையெல்லாம் இங்க இல்லாம லிருந்திருந்தா இந்த இடி குண்டெல்லாம் இங்க விழுந்திருக் குமா?" முத்துலதா கண்டிப்பாகச் சொன்னாள்.

"நான் தப்பேதும் செய்யலையே." உதயசிறியின் குரல் மிகவும் பலவீனமடைந்திருந்தது.

"நீங்க கேம்புக்குப் போகத் தேவையில்ல." முத்துலதா உறுதியாகச் சொன்னாள்.

இராணுவ முகாமுக்கு வாக்குமூலம் பெறவென அழைத்
துச் செல்லப்பட்ட மனிதர்களும் வாக்குமூலம் கொடுக்கப்
போன மனிதர்களும் திரும்ப வரவேயில்லை என்பதை
இருவருமே அறிந்திருந்தனர். உதயசிறியென்றால் தலையற்ற
இரண்டு, மூன்று முண்டங்களைக் கூடக் கண்டிருந்தான்.
டயர் கோபுரமொன்றினுள் எரிந்துகொண்டிருந்த ஒருவனைக்
கூட உதயசிறி கண்டான். பாதி எரிந்துகொண்டிருந்த
அவனுக்கு உயிரிருந்தது எனக் கூட உதயசிறிக்குத் தோன்றியது.
அதைச் சொன்னால் முத்துலதா பயப்படுவாளென அவளிடம்
சொல்லாமலிருந்தான். ஆனால் அந்த மனித உருவம் அவனுக்
குள் அடிக்கடி தோன்றிக் கொண்டேயிருந்தது. அந்த நேரம்
வேறு எதுவும் செய்ய முடியாவிட்டாலும், அந்த டயரை
இழுத்துப்போட்டு ஒரு வாய்த் தண்ணீர் கொடுத்திருந்திருக்க
லாமேயென அடிக்கடி நினைத்துக் கொண்டான். தம்பிக்கு
ஏதோவொரு விடுதலை இயக்கத்தோடு சம்பந்தமிருக்கிறதென
உதயசிறி உணர்ந்தே இருந்தான். ஆனால் அவனேதும் பயங்கர
மான வேலைகளில் சம்பந்தப்பட்டவனில்லையே. இராணுவத்
துக்குப் பொய்யான தகவலையேனும் கொடுத்தால் பணம்
கிடைக்குமெனச் சந்தியில் பேசிக்கொண்டனர். ஒருவனைப்
பிடித்துக்கொண்டு போனால், மற்றவர்களின் பெயர், ஊரெல்
லாம் தெரிந்துகொள்வது இலகுதானே. பெரிய ஆணி
அடித்தால், குறுக்குச் சட்டங்களில் கட்டித் தொங்க விட்டு
அடித்தால், மிளகாய்ச் சாக்கில் போட்டால் பொய்யாக
வாவது யாருடைய பெயரையாவது சொல்லிவிடக் கூடுமே.
உதயசிறி அதுபோன்ற சித்திரவதைகள் பற்றிக் கேள்விப்பட்டது
ஆயிரத்துத் தொள்ளாயிரத்து அறுபதுகளில். தொடம்பேயில்
உதயசிறியின் உறவினரொருவருக்கு ஆணியடித்து வதைசெய்து,
மர்ம உறுப்பை மேசை இழுப்பறைக்குள் தள்ளிப் பூட்டியது
பற்றிக் கேள்விப்பட்டது பள்ளிக்கூடம் போகும் வயதில்.
அந்தக் கதையைக் கேள்விப்பட்ட நாளிலிருந்துதான் உதய
சிறிக்கு முறைப்பாடு ஏதாவது கொடுக்கவாவது பொலிஸ்க்
குப் போகப் பயம் ஏற்பட்டது. அந்தக் காலத்தை விடவும்
பயங்கரமான நிலைமை தற்போது நிலவுகிறது. தினந்தோறும்
கேள்விப்படுவது அடையாளம் தெரியாத பிணங்கள் பற்றித்
தான். இராணுவ முகாமுக்குக் கொண்டுசெல்லப்பட்ட
பள்ளிக்கூட மாணவன் ஒருவன் திரும்ப வீட்டுக்கு வந்தது
உடலின் பின்புறம் முழுதும் மின்னழுத்தியால் சூடு வைக்கப்
பட்ட தழும்புகளோடு என வேலைத்தளத்தில் ஒருவன்
அன்று காலையில்தான் சொல்லியிருந்தான். அப்படியிருக்கும்
போது முகாமுக்குப் போவதென்பது தனது சவக்குழிக்குத்
தானே நடந்துசெல்வது போலத்தானே?

"நாஞ் சொல்றன். நாங்க பொம்பளைங்க போய்ச் சொல்றம் உங்களுக்கு மலேரியா வந்து எழுந்து நிக்கக் கூட முடியாமலிருக்குன்னு."

"அப்போ வீட்டுக்கு வந்துடுவாங்களே."

"நீங்க மலேரியா வந்தது மாதிரி சுருண்டு படுத்துக் கொண்டிருங்கோ. இப்ப டிஸ்பென்சரிக்குப் போய் மலேரியாக் குளிசை வாங்கிட்டு வாங்கோ. இங்க வந்துட்டாளுங்களென் டால் அதுகள் கட்டில் பக்கத்துல அவனுங்க காணுறதுக்கு இருக்கணுமே."

மனைவியின் புத்திசாலித்தனமும் துணிச்சலும் திட்ட மும் உதயசிறியின் வியப்புக்கும் ஆறுதலுக்கும் காரணமாயிற்று. வீட்டுக்கு வந்ததிலிருந்து உதயசிறிக்கு வயிற்றைக் கலக்கியது போல அடிக்கடி கழிப்பறைக்கு ஓட வேண்டியிருந்தது. டிஸ்பென்சரிக்குக் கூடப் போக முடியாதபடி உடலில் சக்தி யற்றதைப் போல உணர்ந்தான்.

"ஆனாலும் ஒரு பொம்பளை கேம்புக்குப் போறது நல்லதில்ல." உதயசிறி பலவீனமான குரலில் முனகினான். பாதங்களால் நிலத்தில் ஓங்கியடித்து 'நீ வீட்டை விட்டு ஒரு அடி எடுத்து வச்சிருந்தாப் பார்த்துக்கோ' என்று எச்சரிக்க முடியாத அளவுக்குச் சக்தியற்றிருந்தும் உதயசிறியின் மனம் மிகவும் வேதனைப்பட்டது. ஒரு மனிதன் தன்னைக் கஷ்டத் திலிருந்து காப்பாற்றிக்கொள்ள தன் மனைவியை இராணுவ முகாமுக்கு அனுப்புவதெப்படி ?

"நானும் அம்மாவும் புள்ளைகளையும் கூட்டிக்கிட்டுப் போறோம். நாங்க அங்க பெரியவனின் ரெண்டு கால்லயும் விழுந்து என்னோட நோயாளிப் புருஷன் எந்தத் தப்பும் பண்ணலன்னு சத்தியம் பண்ணிச் சொல்றோம்."

உதயசிறிக்குப் பேசக்கூட முடியாத அளவுக்கு இதயம் நொறுங்கிப்போயிற்று. புதுமையான பெண்ணாக இருக் கிறாளே. அவள், கற்றாண் மாதிரி நிமிர்ந்து நின்ற விதம்தான் அதிசயம். எங்கிருந்து வந்த தைரியமோ ? தம்பிகளும் மாமாவும் அம்மாவும் என எல்லோரும் பெண்கள் போனால் அவர்கள் இதயம் குளிர்ந்துவிடுமெனத் தீர்மானித்திருந்தார்கள். பேபி நோனாவின் தம்பி மனைவி கர்ப்பிணியாக இருந்தால் அவளையும் அழைத்துக்கொண்டார்கள். பின்னேரம் பெண்கள் மூவரும் குழந்தைகளோடு இராணுவ முகாமுக்குப் போனார்கள்.

3

"நீங்களெல்லாம் எதுக்கு இங்க? இது புள்ளத் தாச்சி வார்ட் இல்ல."

பிரதான வாயிலருகே நின்றிருந்த இளைய இராணுவ வீரனொருவன் தனது நெஞ்சை விடைத்துக் கொண்டு முத்துலதாவின் அத்தையின் வயிற்றைப் பார்த்தவாறு கடுமையாகச் சொன்னான். அப்போது தான் காலையில் வந்துபோன சார்ஜண்ட் அவர்களைக் கண்டான். அவன் முத்துலதாவை இனங்கண்டு வலது கையை உயர்த்தி மூன்று விரல்களை மடித்து உள்ளே வரும்படி சைகை செய்தான். பேபிநோனாவும் கர்ப்பிணித் தாயும் கூடப் போக முயன்றபோது காவல் வீரன் துப்பாக்கிப் பிடியால் இடையே மறித்து தடுத்து விட்டான்.

"உங்க எல்லோரையும் கூப்டலையே" என்றவுடன் அவர்கள் பின்வாங்கி முகாமுக்கருகிலிருந்த கூழான் மரத்தடியில் தரையில் அமர்ந்துகொண்டார்கள்.

"என்ன இது ஊர்வலத்தோடு, எங்க உங்க புருஷன்?" சார்ஜண்ட் தன்னை ஒருமையில் கூப்பிடாதது அவ ளுக்குச் சிறிது தைரியமூட்டியது. காலையில் வந்தது முகாமுக்குப் பொறுப்பாளர்தானென அவள் நினைத் திருந்தாள். முத்துலதா அவனது நன்கு துடைக்கப்பட்டு மின்னிய கறுப்புச் சப்பாத்துக்களிரண்டையும் பார்த் தாள். அவன், பாதங்களை ஓங்கி வைத்து, சத்தம்போட்டு பிறகு குழந்தைகளைக் கண்டவுடன் கவலைப்படுவா னென முத்துலதா நினைத்திருந்தாள்.

"ஆர்மிக்குப் போனவங்களுக்கும் அம்மா, தங்கச்சிங்க இருப்பாங்கதானே. அவங்களும் எங்கள மாதிரி ஏழக்

குடும்பங்கள்ல இருந்து வந்தவங்கதானே. நாங்க நெனக்கிற தெல்லாம் புரியாத மாதிரி காட்டிக்கிட்டதுக்கு அப்படியிருக்க முடியாதே. புள்ள குட்டிகளோட முகத்தைப் பார்த்ததும் ஒருத்தனை விசாரிச்சுட்டு சரி விடுதலை செய்ய மனசு இடங்கொடுக்காமலிருக்க முடியாதே. கடவுளப் பயப்படாத மனுஷங்களுமில்லையே."

வந்த வழி நெடுகவும் முத்துலதா இவ்வாறு சொன்னது மற்றவர்களின் பயத்தைப் போக்கி, தனது இதயத்திலும் தைரியத்தை ஏற்படுத்திக்கொள்ளத்தான். சார்ஜண்ட் நீங்கள் என்று சொன்னதுமே ஒரேயடியாகத் தைரியம் வந்ததெனினும் கம்பீரமாக நின்றுகொண்டிருந்த அவனது கறுப்புச் சப்பாத்து களைப் பார்த்துக்கொண்டிருந்த ஓரிரண்டு வினாடிகளில் மனதில் ஐயமொன்றும் தோன்றியது. அவன் அவளை ஒருமை யில் அழைத்துச் சத்தம் போட்டிருந்தால் அத்தகைய ஐயம் வந்திருக்காது.

"சேர் ... தெய்வமே." முத்துலதா மிகவும் தன்மையாகச் சொன்னாள். ஆச்சரியப்படுத்தும்வகையில், தெய்வமாகுவதற்கு அவனது மனமிறங்கியது போல முத்துலதாவைக் கதைக்க விட்டு அவன் அமைதியாக இருந்தான்.

"என்னோட வீட்டுக்காரருக்கு மலேரியா கூடி நடுங்கிட் டிருக்காரு. சொல்றது கேக்குறதில்லையே. கொஞ்சம் குறைஞ் சிட்டு வரும்போது மாத்திரை சாப்பிடுறாரில்ல கசக்குதுன்னு. திரும்பத் திரும்ப காய்ச்சல் வருது. அவரால நிமிர்ந்து நேரா நிக்க முடியுமான அன்னிக்கு அவரைக் கூட்டிட்டு வரேன் சேர். ஐயா தெய்வமே இந்தப் பச்சக் கொழந்தைங்க தலையி லடிச்சு சத்தியம் செய்றேன் அவரு முட்டாள்தனத்துக்கு இந்த மாதிரி காணுறதெல்லாம் வாசிச்சதுக்கு, வேறெந்த கெட்டவேலையோடும் தொடர்பு இல்லன்னு. அவரும் அவங்களத் திட்டுவாரு சேனை, வயலுன்னு கொத்திட்டுக் கிடக்காம ராஜ்ஜியத்தப் பிடிக்கப் போற கோமாளிகள்னு."

பெண்கள் முகாமுக்கு வருவார்களென சார்ஜண்ட் ஒருபோதும் எதிர்பார்க்கவில்லை. திரும்பவும் அவள் வீட்டுப் பக்கம் போகவேண்டுமென்ற எண்ணமிருந்ததுதான். உளவாளிகளும் உதயசிறி அப்பாவியென்றே சொல்லியிருந் தார்கள். ஆனாலும் இந்தப் பெண்ணை வெறுமனே அனுப்புவ தெதற்கு? அவன் முத்துலதாவை அங்கேயே இருக்கும்படி சொல்லிவிட்டு உள்ளே போனான்.

அதற்குள் கேப்டன் யன்னலிடையால் முத்துலதாவைக் கண்டிருந்தான். சார்ஜண்ட் சல்யூட் அடிக்க இடது காலை

நிலத்திலடித்ததும் கேப்டன் பார்வையைத் தாழ்த்தி "யாரந்த சரக்கு?" எனக் கேட்டான்.

"சேர் நான் இந்தப் பொண்ணோட மச்சானத் தேடிப் போனப்ப சும்மா பொய்யா சத்தம்போட்டு வந்தன். மச்சான்னா யுனிவர்சிட்டில. நான் இவளப் பயமுறுத்த புருஷன அனுப்பச் சொல்லிட்டு வந்தன். இப்ப இவ வந்து சொல்றா புருஷனுக்கு மலேரியான்னு. பயத்துலயே நடுங்கத் தொடங்கி யிருப்பான்னு நெனக்கிறேன். அவன் இந்த எதுக்கும் இல்ல. சரியான ஒரு கோழை. இல்லேன்னா இந்தப் பொம்பளங்கள ஊர்வலமா அனுப்புவானா? சேர் பொண்ணப் பார்க்கணுமா?"

கேப்டன் கடைவாயில் புன்னகைத்து உதடுகளை நாவால் துடைத்துக் கொண்டதைப் பார்த்ததுமே சார்ஜண்டுக்கும் அந்த எண்ணம் உதித்தது. கேப்டனுக்கு இவனைப் புதிய இராணுவ வீரனாகச் சேர்ந்த பொழுதிலிருந்தே தெரியும். அன்றிலிருந்தே அதிக ஒத்துழைப்போடு, வேலைசெய்பவன்.

"நீ சொல்றதுன்னா கவனிச்சுப் பார்க்க வேணாமா." விருப்பத்துக்குரிய வீரன் சுடச் சுட மான்கறிப் பீங்கானொன் றைத் தூக்கிக்கொண்டு வந்ததுபோல கேப்டன் சிரித்தான்.

சார்ஜண்ட் பின்புறம் திரும்பி இலேசாகக் கையை உயர்த்தி முத்துலதாவை உள்ளே வரும்படி சைகை செய்தான். சொல்ல வேண்டிய வார்த்தைகளை மனதுக்குள் ஒவ்வொன்றாகச் சொல்லிப் பார்த்தபடி முத்துலதா தயங்கித் தயங்கித்தான் உள்ளே வந்தாள்.

"தெய்வமே சேர்... புள்ளங்க மேல, சமன் கடவுள் மேல ஆணையா இந்தப் பிரச்சினை பண்றவங்க கூட என் புருஷனுக்கு எந்தச் சம்பந்தமுமில்ல. எங்க வீட்டுக்காரரோட தம்பி வந்திருந்தது எந்நாளும் படிப்பு நிறுத்தம், அது இதென்று இருப்பதால படிப்ப விட்டுட்டு தொழிலொண்ணத் தேடிக் கிறதுக்குத்தான். படிக்கிறதுக்கில்லாம, பஸ்ஸுக்கு நெருப்பு வைக்கிறதுக்கும் குழப்பம் செய்றதுக்கும்தான் அவங்களோட மூள வேல செய்யுது. தம்பிக்குக் கூட அதெல்லாம் புடிக்காமத் தான் இருக்குது. மலேரியா வந்திருந்ததால அமைச்சருக்கிட்ட அனுப்ப முடியாமப் போச்சுது. இல்லேன்னா இங்க வந்திருந் தது கூட அமைச்சருக்கிட்ட ஒரு கடிதம் வாங்கிக்கணும்னு தான். தங்கச்சி நாலு பேருக்கும் அம்மாக்கும் இருக்குறது இந்தத் தம்பி மட்டும்தான். அவருக்கும் நோய் வந்தது எங்களுக் குத் தொந்தரவுன்னு நெனச்சுத்தான் அவர் திரும்பப் போனவர். என்னோட புள்ளங்களோட அப்பனுக்கும் நோய் வந்துடுச்சே.

இன்னிக்கு நான் வேணாம்ணு சொல்லியும் வேலைக்கிப் போனார். திரும்ப நடுங்கி நடுங்கி வீட்டுக்கு வந்தார். தெய்வமே சேர் நான் அவர்கிட்டச் சொல்லல கேம்புக்கு வரச் சொன்னீங் கன்னு. சொல்லியிருந்தா இந்த வியாதியோடே மயக்கம்போட்டு விழுந்திருப்பாரு. பொலிஸூக்காவது காலடி வச்சில்லாத மனுஷன் சேர். கடவுளே சேர் நாஞ்சொல்றதெல்லாம் பரிசுத்த உண்மை... அவருக்குக் குணமாறவரைக்கும் என் பேச்சை...”

முத்துலதா பேச்சை ஒரு கணம் நிறுத்தி தலை உயர்த்தி நேராகப் பார்த்தது, இல்லாவிடில் அதுவும் ஒரு குறையாகி விடும் என்று நினைத்துத்தான். நேர்மையும் அப்பாவித்தனமு மென்பது அவர்களுக்குப் புரிய வேண்டுமே. ஆனாலும் கேப்டனின் முகத்திலிருந்தது, முத்துலதா எதிர்பார்த்த மாதிரி யான கடுமையான பார்வையல்ல. துயர வார்த்தைகளைக் காது கொடுத்துக் கேட்ட மாதிரியும் இல்லை. நகைச்சுவை யொன்றைக் கேட்பது போல கறுப்புக் காபன் பேனையால் மேசையில் தட்டிக்கொண்டே சிரித்துக்கொண்டிருந்தான். சில நேரங்களில் இராணுவ அதிகாரிகள் பொய்யான நட்பு பாராட்டி நம்பிக்கையை வென்று மனிதர்களை வளைத்துப் பிடித்துக்கொள்வார்களென்பதை முத்துலதா கேள்விப்பட் டிருக்கிறாள். எவ்வாறாயினும் வந்த விடயத்தை நிரூபித்திட வேண்டுமே. முத்துலதா திரும்பவும் “தெய்வமே... சேர்” என ஆரம்பித்தாலும் என்ன பெரியவனின் முகத்திலிருந்த உல்லாசத்தன்மையைக் கண்டதும் வார்த்தைகள் சிறைப்பட் டன. ஆனாலும் அவள் சுவரில் தொங்கவிடப்பட்டிருந்த ஜனாதிபதியின் புகைப்படத்தைப் பார்த்தபடி சொல்லிக் கொண்டே போனாள். பெரியவன் தான் சொல்வதைக் காது கொடுத்துக் கேட்பதில்லையென்பதை முத்துலதா உணர்ந்தாள். அவன் தனது மெல்லிய மீசையை முறுக்கியபடி இருப்பதைப் பார்த்ததும் முத்துலதா சார்ஜண்டைப் பார்த்தது, தான் சொல்பவற்றை நம்புகிறார்களா என அவனிடமிருந்தாவது தெரிந்துகொள்ளத்தான்.

சார்ஜண்ட் இன்னுமொரு கதவைத் திறந்து கைகளால் சைகை செய்தான். சிலவேளை தான் கதைத்துக்கொண்டிருந்தது இரண்டாமவனாக இருக்கும், இவனை விடவும் பெரியவ னொருவன் அந்த அறையில் இருக்கக் கூடுமென நினைத்து முத்துலதா நிலத்தைப் பார்த்தபடியே அந்த அறைக்குள் நுழைந்தாள்.

4

அந்த அறையிலிருந்து ஒரு மணித்தியாலத்துக் காவது பிறகுதான் வெளியே வரக் கிடைத்தது. வெளியே வரும்போது அம்மா வாயிலருகே நின்றுகொண்டிருப் பதைக் கண்டாள். குழந்தைகள் கூழான் மரத்தைச் சுற்றிச் சுற்றி ஓடிக் கொண்டிருந்தார்கள். அத்தை கூழான் மர வேரில் அமர்ந்திருந்தாள். அவர்களெல்லோருமே அங்கிருப்பதெப்படியென முத்துலதாவுக்கு ஒரே தடவையில் புரிந்துகொள்ள முடியவில்லை.

முத்துலதா அம்மாவையோ குழந்தைகளையோ பார்க்காமல், மலேரியா வியாதி வந்தவள்போல தன் பாட்டில் பிரதான வீதிக்கு நடந்தாள். அம்மா அமைதி யாகப் பின்னால் வந்தாள். மகன் ஓடி வந்து தன் கையில் தொங்கியதும் கையை உதறிவிட்டாள் முத்து லதா. நடையின் வேகமும் அதிகரித்தது. அம்மாவுக்கு எதற்கோ கோபம் வந்திருக்கிறதென நினைத்த பிள்ளை, பாட்டியின் கைகளைப் பிடித்துக் கொண்டது. அப்போது கலகக்கார இளைஞர்கள் பஸ் பிரயாணத்தை முழுவது மாக நிறுத்திவிட்டிருந்தார்கள். இராணுவ பஸ்கூட அந்த நேரத்தில் திரும்பவும் கொடகவெல பகுதிக்குப் போகாது. நடையையே தொடர்வதன்றி வேறெதுவும் செய்ய வழியில்லை. அம்மா சிறியவளைத் தூக்கிக் கொண்டு நடந்தாள். குழந்தையை அம்மாவிடமிருந்து வாங்கிக்கொள்ள வேண்டுமேயென்ற எண்ணமுமின்றி, ஏன் எல்லோரும் தன் பின்னால் வருகிறார்களென்று யோசித்துக் கொள்ளவும் முடியாமல், அத்தை வயிற்றுப் பாரத்தையும் தாங்கிக் கொண்டு நடக்கிறாளே அதற்காக வாவது மெதுவாக நடக்க வேண்டுமே என்பதைக்கூட உணராமல் முத்துலதா நடந்தாள். அவளுக்கு, பாதையின்

இருபுறங்களிலுமிருந்த வீடுவாசல்கள் கூட பார்வைக்குத் தென்படவில்லை. டிரக்டரின் சத்தம் முத்துலதாவுக்குக் கேட்காமல் போனாலும் அம்மா டிரக்டரை நிறுத்திக்கொண்டாள். பிள்ளைகளைத் தூக்கியெடுத்ததுகூட டிரக்டரில் அமர்ந்திருந்த மனிதன்தான். கர்ப்பிணித் தாய்க்குக் கை கொடுத்ததும் அவனே. முத்துலதா வெறுமனே பார்த்தவாறிருந்தாள். "ஏறேண்டி" என அத்தை கத்தினாள்.

எல்லோரும் டிரக்டரிலிருந்து இறங்கி வீட்டுக்குப் போனது கூட அமைதியாகத்தான். உதயசிறி முன்னறைக் கயிற்றுக் கட்டிலில் உண்மையாகவே காய்ச்சல் கண்டவன் போல சுருண்டுகிடந்தான்.

"என்னாச்சு?" ஒரு முனகலைப் போல எழுந்தது கேள்வி.

"நான் சொல்ல வேண்டியதச் சொல்லிட்டு வந்துட்டன்."

முத்துலதா அறைக்குப் போகாமல் நேராகச் சமையலறைக் குப் போய் பெரிய ஒரு கோப்பைக்கு நீர் வார்த்துக்கொண் டாள். தண்ணீர் சிந்திய இடத்துக்கு ஒரு சாக்குத் துண்டைக் கூடப் போடாமல் ஒரே மூச்சில் தண்ணீரைக் குடித்து முடித்தாள். உதயசிறி காலை இழுத்தபடி சமையலறைக்கு வந்தான். அம்மா, மருமகனைத் திரும்பவும் முன்புறம் இழுத்துக் கொண்டு வந்தாள். முற்றத்துப் புளியமரத்தடியில் பச்சை நிற மின்மினிப் பூச்சிகளிரண்டு சுற்றிக்கொண்டிருந்தன. அம்மா மருமகனைப் புளிய மரத்தின் கீழ் அழைத்துப் போனாள்.

"அவளத் தொந்தரவு செய்ய வேணாம். ஏச்சுப் பேச்சுக் கேட்டு அவமானப்பட்டிருக்கும் நேரம்தானே. அவளுக்குக் கொஞ்சம் கவலையைப் போக்கிக் கொள்ள இடம் கொடுங்கோ." அம்மா குரலைத் தாழ்த்திச் சொன்னாலும், குழந்தைகள்கூட முன்புறமிருக்கவில்லை.

உதயசிறி அமைதியாகத் திரும்பவும் அறைக்குப் போய் சாக்குக் கட்டிலில் விழுந்தான். முத்துலதா தேங்காய்த் துருவி யின் மீதமர்ந்திருந்தாள். பெரிய கோப்பை நிறையத் தண்ணீர் குடித்திருந்தாலும் உடலெல்லாம் எரிவது போன்ற உணர்வு சிறிதும் குறையவில்லை. அம்மா ஒரு பாத்திரத்தில் அரிசியை இட்டுக் களைந்து நெல் பொறுக்கினாள். ஆனால் அதற்கும் அதிக நேரம் செலவழித்தால் பிள்ளைகள் தூங்கிவிடுவார் களென அவளாகவே கூறியபடி அரிசியைக் கழுவி, அடுப்பில்

பானையை வைத்து அதை வணங்கினாள். அம்மா மண்ணெண்ணெய் ஒரு துளியாவது ஊற்றாமல் கரித்துண்டுகளுக்கு இரும்புக் குழாயால் ஊதி காய்ந்த விறகுத் துண்டுகளை அருகாக்கி தென்னோலையைக் கொண்டு நெருப்புப் பொறிகள் எழச் செய்வதை முத்துலதா பார்த்துக்கொண்டிருந்தாள்.

"உதயசிறியோட தொழில்ல இருக்குற ஒரு நல்லதுன்னா உனக்கு வெறகு தேடி அலையத் தேவையில்லாதது. முன்னாடி நாங்க இந்தப் பக்கம் வர்றப்ப எல்லாம் வெறகெல்லாம் மலிஞ்சு போய்க் கிடக்கும். ஆனா பாம்பு, புடையன், பெரிய மலைப்பாம்பெல்லாம் நெறஞ்சிருக்கும்." பேபிநோனா மகளிட மிருந்து கடுகளவாவது பதிலை எதிர்பார்க்காமல் சொன்னாள்.

உதயசிறி வானொலியைப் போட்டிருப்பது முத்துலதாவுக் குக் கேட்டது. ஊரடங்குச் சட்ட நேரங்களையும் அந்தந்த நாட்களில் எத்தனைபேர் கொல்லப்பட்டார்கள் என்பதையும் கேட்பதை உதயசிறி போதிபூஜையைப் போல தவறாமல் செய்யத் தொடங்கியிருந்தான். வானொலியில் வங்கியொன் றைக் கொள்ளையடித்தது பற்றிச் சொல்லிக் கொண்டிருந் தார்கள். ஒரு கிழமைக்கு முன்புதான் இளைஞர்கள் வந்து தேசிய அடையாள அட்டைகளைச் சேகரித்தார்கள் என்பதைக் கேள்விப்பட்டிருந்தாள். மனதை ஆறுதல்படுத்தும் செய்திகள் எங்குமே இல்லை. தொடர்ந்து இரு நாட்களுக்கு, சந்தை நாட்களுக்கு இளைஞர்கள் ஊரடங்குச் சட்டத்தை அறிவித் திருந்தார்கள்.

'அந்தப் பொல்லாத ரேடியோவ மூடுங்களேன். இதக் கேட்டன்னு உங்களக் கூப்டு ஜனாதிபதிப் பதவியையோ ராணுவத் தளபதி பதவியையோ தர மாட்டாங்க' எனக் கத்த வேண்டும் போல முத்துலதாவுக்குத் தோன்றியது. அடை யாள அட்டைகளைச் சேகரிப்போரெல்லாம் ஏன் அப்படிச் செய்கிறார்களென்பதைப் பற்றி முத்துலதாவால் யோசித்துப் பார்க்க முடியவில்லை. ஏழை மக்களின் அடையாள அட்டை களை எடுத்து என்ன செய்ய? அவற்றைப் பணமாக்கவாவது முடியுமென்றால் பரவாயில்லை. அவ்வாறு முடியுமென்றால் மக்கள் அதையெல்லாம் விற்றுத் தின்று வெகுகாலமாகியிருக் கும். அரிசிக் கூப்பன் இருந்த காலத்திலென்றால் அவற்றை அடகு வைத்தார்கள். அக்காலத்தில் பேபிநோனா பெரியல் சந்தியிலிருந்த ஒரு கடை முதலாளியிடம்தான் கூப்பனை அடகு வைப்பாள். நகர்ப்புறத்தவர்களைப் போல இல்லாமல்

அம்மாவின் ரகசியம்

அந்த வயதில் முத்துலதா கிழங்குவகைகள், பயறு, அவரை போன்றவற்றைச் சாப்பிட்டே வளர்ந்தாள். அரிசிக் கூப்பன் அரசாங்கத்தால் தரப்பட்ட சேமிப்புப் புத்தகம் போலவே தோன்றியது. அன்று இராணுவ முகாமுக்குப் போகும்போது முத்துலதா தனது அடையாள அட்டையையும் எடுத்துச் சென்றிருந்தாள். கடைசியில் அந்தப் பேய்கள் அதை வைத்துக் கொண்டது, அதை எடுக்க திரும்பவும் ஓரிரு கிழமைகளில் அவளை வரச் சொல்லித்தான்.

"ம் ... ம் ... உனக்கு மூணு பிள்ளைகளுக்கு அம்மாவாகுற அளவுக்கு வயசில்லையே." அவன் அடையாள அட்டை யிலிருந்த புகைப்படத்தைப் பார்த்துக்கொண்டு சொன்னான்.

"நீ இந்த மனுஷன் கூட ஓடி வந்துட்டியா? எது எப்படின் னாலும் நீ இந்தப் படத்துல ரொம்ப அழகா இருக்கே." முத்துலதா விசித்து விசித்தழுதாள்.

"எதுக்கு அழுறே? படத்துல விடவும் இப்ப நீ அழகு."

முத்துலதா நிலத்தில் வீழ்ந்தழுதாள்.

"என்ன இது குழந்த மாதிரி. நாங்க உன்ன கீழ்த்தரமா நடத்தலையே."

அந்தப் பேச்சைக் கேட்டு முத்துலதாவுக்கு எழுந்த கோபம், கரும்பு வெட்டும் அரிவாளால் அவர்களைத் துண்டு துண்டாக வெட்டிப் போட்டிருந்தாலும் அடங்கியிருக்காது. அத்தோடு முத்துலதா எழுந்து, அவிழ்ந்திருந்த கூந்தலைக் கொண்டை யாகக் கட்டிக்கொண்டு, அந்த அறையோடு ஒட்டியிருந்த குளியலறைக்குப் போய் முகம் கழுவிக் கொண்டாள். அவர் களது முகங்களைக்கூட ஏறெடுத்துப் பார்க்காமல் முத்துலதா வெளியேறும்போது "அந்தப் பசங்கள அனுப்பு" என அவன் கட்டளையிடுவது கேட்டது. முத்துலதா உணர்ந்தது சித்திர வதைக் கூடத்திலிருந்து தப்பிய மனநிலையை அல்ல. இதயத் தைப் பிடுங்கியெடுத்து "இப்ப போ" என்று காலால் உதைத்துத் தள்ளியது போல உணர்ந்தாள்.

அம்மா பருப்பைப் பாத்திரத்தில் இட்டு அழுக்குகள் மிதக்கும்வரை களைந்தாள். அழுக்குகள் மிதந்தபின்பும் அம்மா நிறுத்தாமல் பருப்பை அளைந்துகொண்டே இருந்தாள். "போதும் அம்மா" என்று முத்துலதாவுக்குச் சொல்லத் தோன்றவில்லை.

அம்மா திடீரென்று பருப்புப் பாத்திரத்தை ஒரு பக்கத்தில் வைத்துவிட்டு மகளையே பார்த்துக்கொண்டிருந்தாள். மகள் அம்மாவின் முகத்தைத் தவிர்க்க அடுப்பைப் பார்த்தாள்.

"ரொம்ப நேரம் விசாரிச்சாங்கன்னு நீ உதயசிறிக்குச் சொல்லத் தேவல்ல. மனசுடைஞ்சி போகும்." அம்மா அன்பு ததும்பும் ரகசியத் தொனியில் சொன்னாள்.

"முட்டாள்தனமாப் பேசாதீங்க. எனக்குக் காச்சல் மாதிரி. வாந்தி வருது" முத்துலதா ஒரேயடியாக எழுந்ததில் தேங்காய்த் துருவி பின்னால் வீசப்பட்டது.

5

முத்துலதா பின்புறக் கொடியிலிருந்த குளிக்க உடுத்தும் துணியையும் துண்டையும் எடுத்துக்கொண்டு, பின்புறச் சுவரோடு பொருத்தப்பட்டிருந்த சின்னப் பலகையிலிருந்த சவர்க்காரத்தையும் எடுத்துக்கொண்டு, சுற்றிப் போய் முன்னறை யன்னலூடாகக் கையை நுழைத்து டோர்ச் விளக்கை எடுத்தாள். நல்லவேளை அது மேசை மீதே, எப்பொழுதும் வைக்கும் இடத் திலேயே இருந்தது. அம்மாவுக்குக் கேட்கக்கூடுமென்று முற்றத்திலிருந்த வாளியில் துணியையும் சவர்க்காரத்தை யும் போட்டெடுத்து வாளியை நெஞ்சோடு சேர்த்துக் கொண்டாள். மெல்லிய கொக்கிச் சத்தமென்றாலும் அம்மாவுக்குக் கேட்கும். இருட்டிய பிறகு பெண்கள் அல்ல, ஆண்கள்கூடத் தன்னந்தனியாக ஆற்றுக்குப் போக மாட்டார்கள். அகாலவேளைகளில் நீர்நிலைகளுக் கருகில் பேராசை பிடித்த பேய்கள் உலவுகிறதாமே. பேய்கள் மனிதர்களை விடவும் மோசமானவையல்ல என்று முத்துலதாவுக்குத் தோன்றியது. பேய்க்குக்கூடப் பெண்ணொருத்தி குளிப்பதைப் பார்த்து ரசிப்பதைத் தவிர வேறெதுவும் செய்ய முடியாமலிருக்கும்.

சோர்வடைந்து மஞ்சள் நிறமடைந்த பாதி நிலவு, முத்துலதாவுடன் ஆற்றுக்குப் போனது. ஆற்றின் இருபுற மும் பழைய மருத மரங்கள் பெரிய பாதுகாப்பாளர்கள் போல எழுந்து நின்றன. சிறிய மீன்குஞ்சுகள், இந்த இரவில் ஆற்றிலிறங்கியது யாரெனப் பார்க்க வந்தது போல முத்துலதாவின் பாதங்களைச் சுற்றின. பார்ப்ப தற்கு யாருமில்லை என்பதால் உள்பாவாடை உடலி லிருக்க, முத்துலதா நன்றாக நுரையெழ சவர்க்காரம் பூசி, மற்ற ஆடைகளைக் கல்லிலடித்துத் தோய்த்தாள்.

ஏதோ கட்டிலுக்குப் போடும் கனத்த துணியொன்றைக் கல்லிலடிப்பதுபோல துணிகளை அடித்துக் கொண்டே இருந் தாள். அந்தச் சத்தம் எதிரொலித்து வெகுதொலைவுக்குக் கேட்டது. சிறுவயதில் கேட்டிருந்த ஒரு பேய்க் கதையில், ஒரு வண்ணாத்திப் பெண் இருள் கவிழும் நேரத்தில் துணி யைக் கல்லிலடிக்கும்போது பேயொன்று வந்து ஆற்றின் மேற் புறத்தில் அதே ஓசைக்கேற்ப துணியை அடித்தது. உடனே அப்பெண் மேற்குக் கரைக்குப் போய்ப் பார்க்கும்போது சத்தம் அதற்கும் மேலிருந்து வந்தது. அங்கே போனதும் சத்தம் அதற்கும் மேலிருந்து வந்தது. அந்தப் பெண் பச்சை பச்சையாகக் கெட்ட வார்த்தைகளால் திட்டினாளாம். 'எந்நாளும் தண்ணீரில் நின்று தொழில் செய்ற அப்பாவிப் பெண்களைத் தொந்தரவு செய்யாதே' என்று. அதைக் கேட்ட பேய் சிறுகுழந்தை போல வந்து அவளிடம் மன்னிப்புக் கோரியதாம். அப்பெண்ணின் கெட்டவார்த்தைகளுக்குப் பேய்க்கு வெட்கம் வந்திருக்கும். மற்ற நாட்களில் முத்துலதா அந்தியில் கூட ஆற்றுக்கு வர மாட்டாள். மூங்கில் புதர்களுக் கிடையிலிருந்து ஒரு வகையான முடை நாற்றம் அடிக்கடி வருவதால் அங்கே பேராசை ஆத்மாவொன்று உலாவித் திரிவதாக ஊர்ப் பெண்கள் கதைத்துக் கொள்வார்கள். ஆனால் அன்றிரவு முத்துலதாவுக்கு, பேய்கள் நான்கைந்தென்றாலும் அவற்றின் கால்களைப் பிடித்துக் கல்லிலடிக்கும் அளவுக்குத் தைரியம் வந்திருந்தது. ஆனால் திடீரென்று ஏதோ மிதந்து வருவதைக் கண்டதும் சிறிது அச்சம் தோன்றியது. அக்காலத் தில் பிணங்களும் ஆற்றில் மிதந்து வருகிறதென உதயசிறியும் சொல்லியிருந்தான். தலையற்ற முண்டமொன்று மிதந்துவந் தால் அந்த இடத்தில் குளிக்க முடியுமா? மிதந்துவந்தது நீரோட்டத்தோடே இழுபட்டுப் போனது. டோர்ச் விளக்கை அடித்துப் பார்த்தால், அது காய்ந்த மரக் குற்றியொன்று. வேறு நாளிலென்றால் முத்துலதா இதுபோன்றவற்றைக் கைவிட்டிருக்க மாட்டாள். ஆற்றில் மிதந்துவரும் கம்புகளை யும் காட்டில் தேடியெடுக்கும் ஒன்றோடொன்று சுற்றிப் பிணைந்த கொடிகளையும் ஒவ்வொரு உருவங்களாகச் செதுக் கும் சிற்பக் கலையை உதயசிறி அறிந்திருக்கிறான். முத்துலதா கழுவிய ஆடைகளைக் கல்லின் மீது வைத்துவிட்டு அவசர மாகக் குளித்துக்கொண்டாள். திரும்பி வரும்போது எங்கேயோ போகும் நாயொன்றும் பாதி நிலவும் தனிமைக்குக் கூடவே வந்தன.

முத்துலதா தலையைக் கூடத் துவட்டாமல், ஈரம் வடிய வடிய உடுத்தாடையோடு, தோளின் மீது துண்டைப் போட்டுக் கொண்டு வீட்டுக்கு வந்திருந்தாள். அவள் சமையலறைக்குள்

கால்வைக்கும்போது குழந்தைகள் பருப்பும் சோறும் சாப்பிட்டுக் கொண்டிருந்தனர். மூத்தவன் அரிசிப் பெட்டியின் மீதமர்ந்திருந்தான். அம்மா, பெண் குழந்தைகள் இருவரையும் படிக்கட்டுகளின் மீது அமரவைத்து சோற்றைப் பிசைந்து ஊட்டிக் கொண்டிருந்தாள்.

"கடவுளே உனக்குப் பைத்தியமா புடிச்சிருக்கு. நீ இந்த இருட்டுக்குள்ள ஆத்துக்குப் போனது எனக்குத் தெரியாது."

அம்மா ஈரம் வடியும் நீளக் கூந்தலைச் சில கணங்கள் பார்த்துக்கொண்டிருந்தாள்.

"பைத்தியக்காரி இந்த ஈரத்தத் தொடச்சிட்டு துண்டத் துணிய உடுத்துக்கயேன். குளிச்சி, கூதல் காத்துல மாட்டி இங்க ஜன்னி வராம இருந்தாப் போதும். நீ மாமா வீட்டுக்குப் போயிருப்பேன்னுல்ல நான் நெனச்சேன்."

முத்துலதா அம்மாவுக்கு எந்தப் பதிலையும் அளிக்க வில்லை. அப்படியே முன்னறைக்குப் போனாள். பிள்ளை களின் தந்தை கயிற்றுக் கட்டிலில் சுருண்டு படுத்திருந்தாலும் தூங்காமலிருப்பது விளங்கியது.

"அங்க பிள்ளைகள் சோறு சாப்பிடுறாங்க. குளுந்து போறதுக்கு முன்னால நீங்களும் சாப்டுங்கோ."

"எனக்குப் பசிக்கல. தலை வெடிக்கப் போறது போல." உதயசிறி பலவீனமான குரலில் சொன்னான்.

"நான் நீங்க ஆவி புடிக்கிறதுக்கு தேசிக்காய் இலை கொஞ்சம் அவிக்கிறேன். அதுக்கப்புறம் உங்களால சாப்ட லாம்." முத்துலதா திருமணம் செய்ய முன்பிருந்து கூட இது போல தலை வலிப்பதாகச் சொன்னதும் நெற்றியில் கைவைத்துப் பார்ப்பாள் எனினும் அன்று தொடாமலேயே சமையலறைக்குப் போனாள். உதயசிறிக்கு அடிக்கடி தலை வலிக்கும். மனம் கலவரமடைந்தால் தலை வெடிப்பது போல வலி நீடித்திருக்கும். இருவரிடையிலும் அதிகமான வயது வித்தியாசம் இருந்தபோதிலும் முத்துலதா தன் கணவனிடம் ஒரு தாயைப் போல அன்பு செலுத்தினாள். சண்டை பிடிப் பவனோ, குழப்பம் செய்பவனோ இல்லையே. அதைவிடவும் தைரியசாலியானான் என்றால், சுறுசுறுப்பாக வேலை வெட்டி கள் செய்தானானால் கூடப் பரவாயில்லை. ஆனால் அவை யெல்லாம் ஒவ்வொருவருக்கும் வாய்ப்பதைப் பொறுத்துத் தானே.

"அவருக்குத் திரும்பவும் தலைவலி வந்திருக்கு" முத்துலதா சமையலறையிலிருந்து வெளியே இறங்குகையில் அம்மாவுக்குக் கேட்கும்படி சொன்னாள். நாய்க் கூட்டமொன்று குரைத்துக் கொண்டு ஓடியது. ஜீப்பொன்றின் சத்தம் வந்தது. எலுமிச்சை இலைகளைப் பறித்துக்கொண்டிருந்த முத்துலதாவின் கைகள் முள்ளொன்றால் குத்துப்பட்டு அப்படியே நின்றன. ஜீப்பானது மண்பாதையால் போய்க் கீழிறங்கி சந்தியைத் தாண்டும் சத்தம் கேட்கும்வரை முத்துலதாவின் இதயம் நின்றுபோயிருந் தது. பறித்த இலைகளை, கவிழ்த்துவைத்திருந்த மண் சட்டி யொன்றில் போட்டு எடுத்துக்கொண்டு முத்துலதா வந்த வழியே திரும்பினாள்.

"உதயசிறி சாப்டலன்னா நீயாவது சாப்பிட்டிரேன். வா உனக்கும் ஊட்டி விடுறேன்." அம்மா சிறு பிராயத்தில் செல்லமாகக் கூப்பிடுவதுபோல கூப்பிட்டாள். முத்துலதா எதுவும் சொல்லாமல் எலுமிச்சையிலைச் சட்டிக்குக் குடத் திலிருந்து இரு கோப்பைத் தண்ணீரெடுத்து ஊற்றினாள். அடுப்பில் நெருப்புத் தணல் செந்நிறத்தில் பிரகாசித்தது. ஒரு முறை ஊதும்போதே தீ எழுந்தது.

"உலகம் அடுத்த பக்கத்துக்குப் புரண்டாலும் சாப்டுட்டு இருக்கணும் முதல்ல. அதுக்கப்புறம்தான் செய்ய வேண்டியதப் பத்தி யோசிக்கணும்." பேபிநோனா, அவளது அம்மா அடிக்கடி அவளுக்குச் சொல்வதைச் சொன்னாள்.

"எனக்குப் பசிக்கலம்மா. கோப்பி ஒரு சொட்டு குடிச்சாப் போதும். கோப்பி முடிஞ்சிடிச்சுன்னு நெனைக்கிறன்."

"இல்லல்ல... நீ வயித்துக்குச் சூடா சோறு கொஞ்சம் சாப்டணும். முதல்ல போய் இந்த ஈரத் துணிய மாத்திக்கயேன்."

முத்துலதா பழைய ஆடையொன்றை அணிந்துகொண்டு, துண்டை கூந்தலைச் சுற்றிக் கொண்டையாகக் கட்டிக் கொண்டு அடுப்புக்கருகில் வந்தபோது அம்மா சோற்றை உருண்டையாக்கி ஊட்டிவிட்டாள். நெத்தலி மீனையும் பொரித்துவைத்திருந்ததால் முத்துலதா மறுப்பேதும் சொல்லாமல் சாப்பிட்டாள்.

முத்துலதா வைக்கோல் தாங்கியொன்றின் மீது எலுமிச்சை இலைச்சட்டியை வைத்து எடுத்துக் கொண்டு முன்னறைக்கு வந்தாள். உதயசிறி சிவப்புக் கோடுகளைக் கொண்ட போர்வை யால் தலைமுதல் மூடிக்கொண்டு சட்டிக்கருகில் அமர்ந்ததும்

முத்துலதா மூடியைத் திறந்துவிட்டாள். சிறிது நேரம் அப்படியே இருந்துவிட்டு அவன் கட்டிலில் விழுந்து கண் களை மூடிக் கொண்டான்.

முத்துலதா பிள்ளைகளோடு உள்ளறைக் கட்டிலில் படுத்திருந்தாலும் உறக்கம் இலகுவில் வரவில்லை. முகாம் பெரியவனின் வியப்பும் கேலியும் கலந்த சிரிப்பும் காலையில் வந்து மிரட்டியவனின் மிரட்டல் சிரிப்பும் எல்லா இடங்களி லும் தென்பட்டது அவளுக்கு. அலவாங்கைக் கொண்டு போய் அவர்களது வாய்களுக்குள் இறக்கவும் ... அரிவாளால் பலாக்காயை கொத்துவதுபோல நெஞ்சுக் கூட்டைத் துண்டு துண்டாக்கவும் முடியாத முத்துலதா பற்களைக் கடித்தாள். மாமா காட்டுக்குள்ளிருந்து எதையாவது வேட்டையாடிக் கொண்டுவரும்போது கத்தியை வைத்துக்கொண்டு அம்மாவும் மாமாவும் அத்தையும் சுற்றியமர்ந்து இறைச்சித் துண்டுகளாக வெட்டியெடுப்பது மனதில் தோன்றியது. அவ்வளவு செய்ய இயலாவிட்டாலும், கஹவத்த தேவாலயத்துக்குச் சென்று தேங்காயுடைத்து, பலியெடுக்க வேண்டாமல் இருக்க முடியுமா?

"வேறு எங்கயாவது மாறுதலெடுக்க எங்களால முடி யாதா?" இரண்டு, மூன்று நாட்களுக்குப் பிறகு முத்துலதா, உதயசிறியிடம் கேட்டாள்.

"எங்கன்னு போக? எல்லா இடத்திலயும் இப்படித்தானே. இங்க விழுந்து கிடக்க வீடாவது இருக்கு. உனக்கு அம்மா, சொந்தக்காரங்க இருக்காங்க."

உதயசிறி தம்பியைப் பற்றிய கவலையில் இருந்தான். நல்ல ஒரு சோற்றுப் பார்சலோடு போய்த் தம்பியைப் பார்த்து வரும் எண்ணம் மிகப் பலமானதாக உதித்தது. அன்றைய நிகழ்வுக்குப் பிறகு உதயசிறி தொடர்ந்தும் முன்னறைக் கயிற்றுக் கட்டிலேலேயே தனியாகப் படுத்துக்கொண்டான். முத்து லதாவுக்கு அது பெரிய உதவியாக அமைந்தது.

"தம்பியப் பார்க்கப் போறதுன்னா அவ்வளவு நல்லதில்ல" முத்துலதா பல தடவை சொன்னாள். வீணாக அதைப் பற்றிப் பேசிக் குழப்பிக் கொள்ளாமல் தனது விருப்பப்படி ஒரு நாள் போக வேண்டுமென எண்ணி உதயசிறி காதில் விழாத மாதிரி இருந்தான். ஒரே வயிற்றில் பிறந்த சகோதரன் அல்லவா. சொந்தக் குழந்தை மாதிரி தூக்கி, அசிங்கம் அழுக்கெல்லாம் கழுவி வளர்த்த ஒரு உயிர் பையன் அல்லவா.

"யார் எங்களைப் பற்றிச் சொல்லிக் கொடுத்ததுன்னு

இன்னும் நமக்குத் தெரியாது. அந்த மனுஷங்க நாங்க போற வார இடங்களையெல்லாம் தேடிப் பார்க்க மாட்டாங்கன்னா நெனக்கிறீங்க?"

"எனக்கு எதிரிங்க யாருமில்ல."

"இது ஒரு தட்டுல சாப்பிடுறவனக்கூட நம்ப முடியாத காலம். முகமூடிக்காரன்கள ஜீப்புல கூட்டிவந்து கடிச்ச மூட்டப் பூச்சியையும் கடிக்காததையும் எல்லாத்தையும் கூட்டம் குலை களோடு கொண்டுபோய் ஒரு வழி பண்ணுறாங்கன்னு நீங்க தானே சொன்னீங்க."

"அது நெசம்தான். முகமூடிக்காரன் ஜீப்புல இருக்குறத நானும் ஒரு தடவக் கண்டிருக்கேன். ஆனாலும் எனக்கு இந்தப் பசங்க, நாய்ங்ககூட எல்லாம் எந்தச் சம்பந்தமுமில்லயே."

"ஆனா தம்பிக்கு இருக்கக் கூடுமே." முத்துலதா கோபத் தில் வெடித்தாள். முற்றத்துக்கு வந்த தெரு நாயொன்றைப் பெரிய கல்லொன்றினால் அடித்துத் துரத்தினாள்.

"அப்படியிருந்திருந்தா எங்கிட்ட சொல்லியிருப்பான்."

உதயசிறி ஏதாவது முடிவெடுத்துவிட்டால் அதை மாற்றிக் கொள்ளவே மாட்டான். மனைவி சொல்வது உண்மையென உணர்ந்தும் அவளை எதிர்க்கவே தோன்றியது. "அன்னிக்கு ராணுவம் வந்து நின்னது சும்மா ஆசைக்கா" என்று கேட்க முத்துலதாவின் உதடுகள் துடித்தன. ஆனால் வார்த்தைகள் வெளியே வரவில்லை. "ஏதாவது நடந்தா திரும்ப அங்க போறதுக்கு என்னால முடியாது. நான் அரளி வெத திண்டு செத்துப் போயிடுவேன் ரெண்டு பேச்சில்ல எங்கிட்ட" எனச் சொல்லவும் எண்ணினாள். அவையும் வெளியே வர இயலாத அளவுக்குத் தொண்டை அடைத்துக்கொண்டது. ஏதோ தொண்டை கட்டச் செய்யும் சூனியம் பலனளித்ததுபோல வலித்தது.

உதயசிறி ஒரு பிடி சோற்றுப் பார்சலொன்று கேட்டதும் கொடுக்காமலிருக்கவும் முத்துலதாவின் மனம் இடங்கொடுக்க வில்லை. உழைத்து உண்ணத் தரும் கணவன் அல்லவா. பன் புல்லால் நெய்யப்பட்ட பையொன்றுக்குள் சோற்றுப் பார்சலையும் இன்னும் சில பொருட்களையும் போட்டுக் கொண்டு காட்டில் கிளைகள் வெட்டப் போவதுபோல சிறிய கத்தியையும் எடுத்துக்கொண்டு உதயசிறி தம்பியைப்

பார்க்கப் போனான். அன்று போனது போனதுதான். அன்று தான் பொலிஸ் சேனையைச் சுற்றிவளைத்து இருவரையும் கொண்டுபோனதாக மாமா சொன்னார். எனினும் முத்துலதா பொலிஸுக்குப் போகவில்லை. முகாமுக்குப் போன நாளி லிருந்த தைரியமும் அறிதலும் புரிதலுமில்லாத அப்பாவித்தன மும் இரண்டுமே காணாமல் போயிருந்தது. அடையாள அட்டையைக் கேட்டு வாங்கிவர இராணுவ முகாமுக்கும் போகவில்லை. ஒரு ரூபாய் நாணயத்தை மஞ்சள் தண்ணீரில் கழுவி சமன் கடவுளுக்குக் காணிக்கையாகக் கட்டி வைப்பதைத் தவிர வேறு என்னதான் செய்ய முடியும்?

6

"உனக்கு ஏதாவது ஆச்சுன்னா புள்ள குட்டி களோட வாழ்க்கை என்னாறது? நல்லா தலையப் பாவிச்சு வேல செய்." என்றுதான் எல்லோரும் சொன் னார்கள்.

இராணுவ முகாமை முழுமையாக வேறு ஒரு பிரதேசத்துக்கு மாற்றியதாகக் கேள்விப்பட்ட நாளில், முத்துலதா குழந்தைகளையும் கூட்டிக்கொண்டு சங்க பாலைக்குப் போய் மலர்ப்பூஜை செய்தாள். அங்கு போய்த் திரும்பி வரும்போது பிணங்கள் நாலைந்து எரிந்து கொண்டிருப்பதாகக் கேள்விப்பட்டாள். அந்த வேளையில் உடவளவ குளத்தடிக்குப் போக வாகனங் களேதும் இல்லாத காரணத்தால் பெரியல் சந்தியில் நின்றுகொண்டிருந்த அவளது தம்பியிடம் குழந்தைகளை ஒப்படைத்துவிட்டு, செங்கல்களை ஏற்றிச் செல்லும் டிரக்டரொன்றில் ஏறி அங்கு போனாள். இதயம் அடிக்க அடிக்க அங்கு போனாலும் அந்தப் பிணங்களெதையும் இனங்காண முடியவில்லை. சிவப்புக் கோடுகளையுடைய போர்வை ஒன்று இருந்ததுதான். அதைத் தம்பிக்குப் போர்த்திக் கொள்ளக் கொடுக்க எடுத்துப் போனானோ தெரியவில்லை. ஆனால் தகர்ந்து, வீங்கி, எரிந்த முகங்கள் யாருடையவை என்று எப்படி இனங்காண்பது?

உதயசிறி விடுமுறைக்கு விண்ணப்பிக்காமல், உடல் சுகவீனத்துக்கான சான்றிதழ்கூட இல்லாமல் காணாமல் போனதால், வேலையை விட்டு நின்றுவிட்டதாகக் கருதுகிறோமென ஒரு கடிதம் வந்தது. மரணச் சான்றிதழ் கூட இல்லாமல் போனதால் அவன் வேலை பார்த்த கூட்டுத்தாபனத்திலிருந்து எதையும் பெற்றுக்கொள்ளவும் முடியாமல் போனது. வீட்டைத் திருப்பித் தரச் சொல்லி

                      அம்மாவின் ரகசியம்

யும் ஒரு கடிதம் வந்தது. அந்தக் கூட்டுத்தாபனத்தையும் அடிக்கடி மூட வேண்டிவந்தது. பிள்ளைகளுக்குப் பள்ளிக் கூடம் கூடப் போக முடியாதபடிக்கு இளைஞர்கள் அடிக்கடி ஊரடங்குச் சட்டத்தை அறிவித்திருந்தார்கள். இந்தக் குழப்பத் தில் வீட்டிலிருந்து வெளியே இழுத்துப் போடும்வரை தான் வீட்டை விட்டும் வெளியேறப் போவதில்லையென முத்துலதா அறிந்து வைத்திருந்தாள். ஆனால் பிள்ளைகளுக்கு உண்ணக் கொடுப்பது அவர்களுடைய அம்மாவின் இரத்தத்தையும் சதையையுமா ?

முத்துலதா வீதியோரத்தில் சிறு குடிலைக் கட்டி அதில் காலை உணவு, சோறு போன்றவற்றை விற்கத் தொடங்கினாள். கூட்டுறவு நிறுவனத்தின் முகாமையாளர் வீட்டிலிருந்து வீசப் பட்டிருந்த காட்போட் துண்டொன்றைக் கேட்டு வாங்கி வந்து தம்பியிடம் கொடுத்து அழகாக எழுதித் தரச் சொன் னாள். மரண அறிவித்தல்கள், விளம்பரங்கள் எழுதும் பைய னாதலால் அழகாக எழுதிக் கொடுத்தான்.

"சிவப்பரிசிச் சோறு, வெள்ளைப் பூண்டு மீன் கறி, குளத்து மீன் கறி, கிராமிய உணவுன்னு எழுது" முத்துலதா சொல்லிக் கொடுத்தாள்.

"சோற்றுக் கடைன்னு எழுதினா மட்டும் போதாதா ?" தம்பி கேட்டான்.

"அப்ப வாயூறாது. டிப்போவுக்குக் கொழும்பிலிருந்து வாற லொறிக்காரன்களுக்குக் குளத்து மீன் தின்ன விருப்பம். கொழும்பிலருந்து விடிகாலைல வெளிக்கிட்டு விடியல் கூத லோட வாறவங்கன்றதால வெள்ளைப் பூண்டு மீன்கறின்ற சொல்லே போதும் ஆசைப்பட."

முத்துலதாவின் காட்போட் துண்டு வேலை செய்தது. டிப்போ திறந்திருந்த நாட்களிலென்றால் உணவு மீண்டும் சமைக்க வேண்டியிருந்தது. காலையில் வயிறு நிறையச் சாப்பிட்டுவிட்டு இனிப்பு அப்பம் சாப்பிடவும் ஆண்களுக்கு ஆசை. அந்தக் காலத்தில் பலகை வாங்க அடிக்கடி வந்த முஸ்லிம் வியாபாரியொருவர் அவரது இரண்டு லொறி ஆட்களுக்கும் சேர்த்து அப்பம் ஐம்பதாவது வாங்குவார். அவர் அடுத்த முறை வரப்போகும் தினத்தைக்கூடச் சொல்லி விட்டே போவார். அதனால் பயப்படாமல் அப்பத்துக்கான மாவைக் கரைத்துவைக்க முடியும். அரசாங்கத்தாலும் இளைஞர் களாலும் ஊரடங்குச் சட்டம் பிறப்பிக்கப்படுவதுதான் தொந்தரவாக இருந்தது. ஒரு முறை மாவெல்லாம் கரைத்த

தற்குப் பிறகு இளைஞர்கள் ஊரடங்குச் சட்டம் பிறப்பித் திருப்பதை அறிந்தாள்.

"அவனுங்க என்னக் கொன்னாலும் பரவாயில்ல நான் கடயத் திறப்பன். இந்த அப்ப மாவ அவனுங்க தல மண்டையயில ஊத்துறதல்லாம வேறென்ன செய்றது?"

முத்துலதா சொன்னதுபோலவே கடையைத் திறந்து வைத்துக்கொண்டிருந்தாள். லொறிகளென்றால் வரவில்லை. ஏனென்று கேட்க இளைஞர்களும் வரவில்லை. கடையைத் தாண்டிப் போன இராணுவ ஜீப்பொன்று நின்றதும் முத்து லதாவின் உடல் சிலிர்த்தது. ஆனால் அதில் வந்தவர்கள் அப்பம் எல்லாவற்றையும் எடுத்துக்கொண்டு அடுத்த நாளுக் கும் இருநூறு அப்பம் வைக்கச் சொல்லிவிட்டுச் சென்றார்கள். அன்றிலிருந்து தொடர்ந்து இராணுவத்துக்கும் சாப்பாடு கேட்கத் தொடங்கிவிட்டார்கள். அது மனதை மிகவும் கஷ்டப் படுத்தியபோதும் அதைக் காட்டிக் கொள்ளாமல் இருப்பதைத் தவிர வேறெதும் செய்ய முடியாதே.

"சேர், எனக்கும் இந்த துபாய்க்குப் போறதுக்குச் செஞ்சு தர முடியாதா?" முஸ்லிம் வியாபாரி வந்திருந்த நாளொன்றில் முத்துலதா கேட்டது, அவருக்குச் சொந்தமாக ஆட்களை வெளிநாட்டுக்கனுப்பும் ஏஜன்சியொன்று இருப்பதாகக் கேள்விப்பட்டிருந்ததால்தான்.

"நீங்க துபாய்க்குப் போய்ட்டீங்கன்னா இவ்வளவு சுவையா எங்களுக்குச் சாப்பாடு செஞ்சு தாறது யாரு?"

அவள் சும்மா கேட்பதாக நினைத்து அவர் விளையாட் டாகச் சொன்னார்.

"ஐயோ சேர். நான் நெசமாத்தான் கேக்குறேன். அம்மா இதப் பார்த்துப்பார். எனக்கு இங்க இருந்தா பிரச்சின முடியுற மாதிரில்ல. எனக்குக் கொழும்புல யாரையுமே தெரியாது. உதவின்னு கேக்கவும் ஆளில்ல."

"பாஸ்போட்டொண்ணு இருக்கா?"

"இல்ல... சேர்... அது எப்படி எடுக்கணும்னு கூடத் தெரியாது."

முஸ்லிம் வியாபாரி முத்துலதாவுக்கு பாஸ்போர்ட் எடுத்து துபாய்க்குப் போகவும் உதவினார். அந்த வேலைகளுக்காக அவள் கொழும்புக்குச் சென்றதற்காகக் கிராம மக்கள் ஒவ் வொரு கதை சொன்னார்கள். அந்த மனிதர் முத்துலதாவிடம்

பணமெதையும்கூட வாங்கவில்லையென்பதை, முத்துலதா அம்மாவிடம் கூடச் சொல்லவில்லை.

"அங்க போய்ச் சம்பளத்துல வெட்டிக்கிற மாதிரிதான் இதச் செஞ்சிருக்கு. இங்க அதயும் இதயும் சொல்றவங்க எனக்கும் புள்ளைங்களுக்கும் சாப்பிடவாவது தரப் போறாங்களா?"

முத்துலதா போகும் நாளில் அம்மாவிடமும் தம்பிகளிடமும் அப்படித்தான் சொன்னாள். அன்று போனதுதான். வாழ்க்கை எவ்வளவு மாறிவிட்டது? தம்பிகள் தேனீர்க் கடையைப் பார்த்துக் கொண்டார்கள். கடைசியில் அந்தக் கடை முத்துலதாவுக்கே உரிமையற்றுப் போனபோதுகூட முத்து லதா மனம் வருந்தவில்லை. யாரென்றாலும் குழந்தைகளைப் பார்த்துக்கொள்ள உதவி, ஒத்தாசைகள் செய்தார்கள்தானே. துபாயிலிருக்கும்போதென்றால் வாழ்க்கை அவ்வளவு இலகு வாக இருக்கவில்லை. தினமும் மாடிவீடுகள் நான்கைச் சுத்தம் செய்வதென்பது இலங்கையைப் போன்றல்ல.

ஆரம்பத்தில் மின்சாதனங்களைப் பாவிக்கத் தெரியாத தால் மிகவும் சிரமமாக இருந்தது. அப்போது அடுத்த வீட்டில் வேலைசெய்த தமிழ்ப் பெண்ணொருத்தி அவற்றைச் சொல்லிக் கொடுத்தாள். ஆடைகளை மின்னழுத்துவதென்பது தோள் கழன்றுவிடுமளவுக்குக் கஷ்டமானது. நான்கு குடும்பத்து ஆடைகள் அல்லவா. ஒருநாள் அவள் வேலைசெய்த வீட்டில் ஒரு இளம்பெண், தான் கொண்டுவந்த தைக்கப்பட்ட ஆடை யொன்றை இன்னும் கொஞ்சம் உடலோடு ஒட்டியிருக்க வேண்டுமென்று நினைத்தாளோ என்னவோ அதை உடுத்து அங்கே இங்கே இறுக்கிப் பிடித்துப் பார்ப்பதை முத்துலதா கண்டாள். உடனே முத்துலதா அது இறுக்கமானதாக வேண் டுமா எனச் சைகைகளால் கேட்டாள். ஆச்சரியப்படுத்தும் விதமாக அந்தப் பெண் சம்மதித்தாள். களஞ்சிய அறையில் இருந்தது யாரும் பாவிக்காத தையல் இயந்திரமொன்று. முத்துலதா இரவுகளில் அதில் அதையும் இதையும் தைத்துப் பார்த்திருந்தாள். அனுமதி கிடைத்ததுதான் தாமதம், முத்து லதா நிலம் துடைக்கும் வெள்ளைக் கயிற்றுத் தடியையும் அதன் தண்ணீர் பிழிந்துவிடும் சிவப்புப் பிளாஸ்டிக் வாளியை யும் ஒரு மூலையில் வைத்துவிட்டு ஒரே மூச்சில் ஓடி தையல் இயந்திரத்தைக் கொண்டுவந்தாள். முத்துலதாவுக்கு அந்த ஆடையைச் சரிப்படுத்த அவ்வளவு நேரமெடுக்கவில்லை. அந்த இளம்பெண் நான்கு மாடியிலுமிருந்த அந்தக் குடும்பத்துப் பெண்கள் எல்லோருக்கும் தொலைபேசியில் சொன்னாள்.

எல்லோரும் வந்து முத்துலதா தைப்பதைப் பார்த்தார்கள். அப்போது எல்லோருக்குமே ஏதாவது குறைபாடுகளைத் தைத்துக் கொள்ளத் தேவையிருந்தது. நான்கு வீடுகளுக்கும் கதவு, யன்னல் திரைச்சீலைகளைத் தைத்து, கதிரைகளுக்கு உறைகள் தைத்து, சிறுவர்களுக்குத் தொப்பிகளும் தைத்ததும் முத்துலதாவின் நிலைமை உயர்ந்தது. சிலவேளை அவர்களின் செலவும் குறைந்திருக்கக் கூடும். கூட்ட, துடைக்க இலங்கை யிலிருந்து இன்னுமொருவரை வரவழைக்கும்படி சொன்னார் கள். அந்தச் சந்தர்ப்பத்தில்தான் தம்பியின் மனைவியை அழைப்பித்துக்கொண்டாள்.

அந்த வீட்டுப் பெண்கள் தங்கள் கறுப்பங்கிகளுக்குள்ளே வெளிநாட்டு ஆடைகளை அணிந்தார்கள். அதிகமான அலங்காரங்களுடைய அவற்றைக் கடைத்தொகுதிகளில்தான் வாங்கினார்கள். அவர்களது சஞ்சிகைகளிலிருந்த எந்த ஆடை யையும் தன்னாலும் தைக்கமுடியுமென முத்துலதா சொன் னாள். ஆனால் அந்த முயற்சியில் இறங்க அவர்கள் விரும்ப வில்லை. எனினும் பூப்போட்டு போர்வை, தலையணை உறை போன்றவற்றைத் தைப்பதை அவர்கள் விரும்பினார்கள். கடைகளிலுள்ள ஆடைகள் மிகவும் நேர்த்தியானவை யென்பது முத்துலதாவுக்கும் பிறகு புரிந்தது.

 அம்மாவின் ரகசியம்

7

இரண்டு வருடங்களின் பிறகு முத்துலதா தனது வீட்டுக்கு வரும்போது அவர்கள் நல்ல பரிசுகள், பொருட்களைக் கொடுத்து மீண்டும் வரும்படி சொல்லியனுப்பினார்கள். எனினும் முத்துலதா தையற்கடையொன்றைப் போட்டுக்கொண்டு பிள்ளைகளோடு இருக்க வேண்டுமென எண்ணியே வந்திருந்தாள். ஆனால் அது பெரிய இலாபம் தரும் தொழிலல்ல எனப் புரிந்ததும் முத்துலதா ஏஜென்சியொன்றுக்கு ஐம்பதினாயிரம் ரூபாய் கட்டி சைப்ரஸுக்குப் போனாள். அங்கு இங்கிலாந்து ஆணும் பிரான்ஸ் பெண்ணும் இணைந்து வசிக்கும் குடும்பமொன்று கிடைத்தது. முத்துலதா ஆங்கிலமும் பிரெஞ்சும் பொருட்கள் வாங்கத் தேவையான கிரீக்கும் துண்டு துண்டாகக் கற்றுக்கொண்டாள். அவர்கள் மிகவும் மரியாதையாக முத்துலதாவை நடத்தினார்கள். சொன்ன நேரத்துக்கு உணவுக்காக வர இயலாது போய்விடின் "ஸொரி" என்றார்கள். அவளுக்கென்று தனியாக நல்ல அறையொன்றும் தொலைக்காட்சியொன்றும் கிடைத்தது. இரவில் அவர்களுக்கு ஏதாவது தேவைப்பட்டால் அவர்களே சமைத்துக்கொண்டார்களே ஒழிய முத்துலதாவைத் தொந்தரவு செய்யவில்லை. அவர்களது விஷேசங்களுக்கு முத்துலதா மஞ்சள் சோறு சமைத்து, மிளகாய் உரைப்பு இல்லாமல் இலங்கை முறையில் இறைச்சிக் கறிகள் சமைத்தாள். உணவை எல்லோரும் பாராட்டினார்கள்.

"முடுலட்டா யூ கோ அவுட் எண்ட் ஹேவ் சம் ஃபன்" என்று விடுமுறை நாட்களில் முத்துலதாவை வெளியே அனுப்பிவைக்கவும் அவர்கள் வழிசெய்தார்கள்.

கோழிப் பண்ணையொன்றில் வேலைசெய்யும் இலங்கை யைச் சேர்ந்த ஒருவன் முத்துலதாவுக்குத் தனது இதயத்தைக் கழற்றித் தருமளவுக்குத் தயாராக இருந்தான். முத்துலதா அவனை நம்பவில்லையெனினும் அந்தப் புரிதலில் ஏதோ நெருப்பு போன்ற ஈர்ப்பும் இருந்தது. அதே மந்திரத்தை இன்னும் சிலருக்குச் சொல்லியிருந்தானென அறிந்ததும் முத்துலதா அவனைத் தவிர்த்தாள். அதில் மனம் வெந்து போன முத்துலதா எப்பொழுதும் அதுபோன்றவற்றிலிருந்து தன்னைக் காத்துக்கொள்ளவே பார்த்துக்கொண்டாள்.

முத்துலதாவின் எசமானி அவளை விடுமுறைக்கு பிரான்சுக்கும் அழைத்துப்போனாள். முத்துலதா குழந்தையை நன்றாகப் பார்த்துக்கொண்டதுதான் அதற்குக் காரணம். ஐரோப்பாவினூடே அப்பயணம் இருந்தது. ரோமில் கட்டு மஸ்தான இத்தாலியனொருவன் முத்துலதாவுக்கு ரோசாப் பூவை நீட்டினான். முத்துலதா மிளகாய், மசாலாக்களற்ற உணவுண்ணவும் நீண்ட காற்சட்டை அணியவும் முகம், கைகால்களை அழகுபடுத்திக்கொள்ளவும் கற்றுக்கொண்டாள். எசமானி ஓவியம் தீட்டுபவள் என்பதால் நூதனசாலை பார்க்க வும் சித்திரக் கண்காட்சிகள் பார்க்கப் போகவும் கிடைத்தது. முத்துலதாவின் விருப்புவெறுப்புக்கள், ஆடை அலங்காரங்கள் மாற்றமடைந்தது அவளே அறியாமல்தான்.

எசமானி ஹொங்கொங்குக்கு மாற்றலடைந்தபோது முத்துலதா சீனமொழி சிறிதும் கற்றுக்கொண்டாள். வாழ்வில் முதன்முறையாகச் சரியான கல்வி இல்லாததற்கு முத்துலதா வுக்குக் கவலை தோன்றியது. மனதைச் சரிப்படுத்திக்கொள்ள முத்துலதா தன் பிள்ளைகளுக்கு நீண்ட கடிதம் எழுதினாள். எப்படியாவது கல்வி கற்றுக் கொள்ளும்படி எல்லாக் கடிதத் திலும் பத்துத் தடவையாவது எழுதுவாள்.

முத்துலதாவின் எசமானன் சிறந்த கட்டிடக் கலைஞர். அவர் முத்துலதாவின் காணியின் படங்கள் பார்த்து, தம்பிகள் அளந்து அனுப்பியிருந்த நீள அகலங்களைப் பார்த்து, நல்ல தொரு வீட்டின் வடிவமைப்பை வரைந்து கொடுத்தார். அதைப் போன்ற வீடு கட்ட தம்பிகளுக்கு இடையிடையே பணம் அனுப்பினாள். தம்பிகளின் தனிப்பட்ட தேவைகளுக்கும் பணம் அனுப்பாமல் இருக்கவில்லை. துபாய்க்குப் போன மதினி ஞாயிறன்று கடற்கரையில் காதல் செய்யப் போய் திருப்பியனுப்பப்படுமளவுக்கு வேலை நிகழ்ந்ததெனத் துபாயி லிருந்து செய்தி கிடைத்தபோதும் அதைப்பற்றி முத்துலதா அம்மாவிடம் கதைக்கவில்லை. எது எப்படியிருப்பினும் ஒவ்

   அம்மாவின் ரகசியம்

வொருமுறை முத்துலதா வீடு வரும்போதும் எல்லோரது பார்வைகளும் அவ்வளவு நன்றாக இல்லையென விளங்கியது. பரிசுப் பொதிகளைப் பெற்றுக்கொண்டவர்கள்கூட முத்து லதா சம்பாதிப்பது குறித்து அவரவரது கற்பனைக்கெட்டிய வாறு கதைகள் பரப்பினர்.

பிள்ளைகள்கூட பேபிநோனாவிடம்தான் அதிக நெருக்க மானவர்களாக இருந்தார்களே ஒழிய பெற்ற அம்மாவிட மில்லை. இரத்தினபுரியில் தங்கவைத்துப் படிக்க வைத்த இரட்டையர் இருவருமே வேற்றுப் பிள்ளைகள் போல நடந்து கொண்டனர். பன்னிரண்டு வருடங்களென்பது எவ்வளவு நீண்ட காலமெனினும் அம்மாவுக்கும் குழந்தைகளுக்குமிடையே இந்தளவு இடைவெளி வரமுடியாது அல்லவா. வீடு கட்டி முடிந்த பிற்பாடு திரும்ப வெளிநாட்டுக்குப் போகாமலிருக்கத் தீர்மானித்ததே அதற்காகத்தான். மகன் வேகமாகச் செலுத்தக் கூடிய மோட்டார் சைக்கிள் வாங்கித் தரும்படி கேட்டான்.

"இந்தப் பணத்தையெல்லாம் சம்பாதிச்சது கை ரெண்டும் உடையும்வரை வேலை செஞ்சு. கூதல் காலத்துல அங்கு வாழுறது ரொம்பக் கஷ்டம்." முத்துலதா மகனிடம் மிகவும் அன்பாகச் சொன்னாள்.

"ஆனா அங்கெல்லாம் போகாம கடையச் செஞ்சுட் டிருந்தா சரிதானே" மகன் பிடிவாதமாகச் சொன்னான்.

"இந்த வீடுகளுக்கு ப்ளேன் வரையுற வேலைக்குப் படி. நல்லா சம்பாதிக்கலாம். வெளிநாட்டுக்குப் போனாலும்தான். இங்கேயும்தான். எங்கட சேர்கிட்ட உன்னய எப்படியாவது எடுக்கச் சொல்லி வணங்கியாவது கேட்கலாம் இல்லையா?"

"எனக்கு இந்த வெள்ளக்காரன்களோட பின்புறங்கள கழுவ வேண்டிய அவசியமொண்ணுமில்ல."

முத்துலதாவின் மனமுடைந்து போனதெனினும் பிள்ளை களுடன் கோபித்துக்கொள்ள முடியாதே. இது அம்மா அருகிலில்லாமல் போன கோபத்தை ஆற்றிக்கொள்ளும் முறை தானே. பிள்ளைகளிடம் அன்பைக் காட்டுவதல்லாமல் வேறெது வும் செய்ய வழியுமில்லையே. ஆனாலும் இரட்டையர்களில் மூத்தவள் இராணுவ வீரனொருவனுடன் தொடர்பு வைத் துள்ளாளென்பதை அறியக் கிடைத்ததும் முத்துலதாவுக்கு வாயை மூடிக்கொண்டிருக்க முடியவில்லை.

"நான் வந்த நாளிலருந்து நெறைய விஷயங்களுக்கு வாயை மூடிட்டிருந்தன். நீ கொறஞ்சது அம்மம்மாவுக்கும் எனக்கும்

இந்த வீட்ட துப்புரவாக்குறதுக்காவது உதவி செய்றியா? இதெல்லாம் அழகா செஞ்சதுக்கு மட்டும்போதாது. இந்த டைல்ஸ்ல தூசு படியுது. வீட்டுக்கு வந்ததுலருந்து பாட்டு கேட்டுட்டிருக்குறதும் டீவியில அதையும் இதையும் பார்த்துக் கொண்டிருக்குறதுமில்லாம வேற வேல ஒண்ணுமில்லயே. நான் உங்க வயசுல எல்லாம் எவ்வளவு கஷ்டப்பட்டு வேல பார்த்திருக்கேன்? உங்களுக்கெல்லாம் நான் எப்படியாவது செலவழிக்கிறதால கொறஞ்சது டீச்சர் வேலை எடுக்குறதுக் காவது முயற்சிக்கணுமில்லையா?"

மூத்தவள் முகத்தைத் தூக்கி வைத்து முணுமுணுத்துக் கொண்டிருந்தாள். சாப்பிடாமல் கட்டிலில் சுருண்டு கொண் டிருந்தாள்.

"நான் நல்ல உடுப்பு அது இதெல்லாம் அனுப்பியது ஆர்மிக்காரன்கள தோள்ல போட்டுக்குறதுக்கில்ல." முத்து லதாவின் வார்த்தைகள் கோபமாக வெளிவந்தன.

"புள்ள சாப்டக் கூட இல்ல." பேபிநோனாவின் குரலி லிருந்தது முத்துலதாவைக் குற்றம்சாட்டும் தொனி.

"சாப்டலன்னா அப்படியே கிடக்கட்டும். அவளோட கோபத்துக்கு நான் பயமில்ல." முத்துலதா அன்றைய நாளின் மூன்றாவது தடவையாகப் பொருட்களில் தூசி தட்டத் தொடங்கினாள்.

     அம்மாவின் ரகசியம்

8

வீடு முழுதும் பளிங்குக் கல்லறை போன்ற அமைதி நிலவியது. பேபிநோனாவுக்கென்றால் மூத்தவள் தேடிப் பிடித்திருக்கும் இளைஞனிடம் குற்றம் காண முடியவில்லை. பையனுடைய அம்மாவின் வாயென் றால் வாணலியைப் போன்றதுதான். முத்துலதா இந்தச் சம்பந்தத்துக்கு எதிர்ப்பு என மூத்தவள் அவனுக்கு எழுதிய கடிதமொன்று அந்தப் பெண்ணுக்குக் கிடைத் திருந்தது. அதற்காக அந்த அம்மணி ஊரே கேட்கும்படி, ஒலிபரப்பியில் பேசுவதுபோல சத்தம்போடத் தொடங்கி விட்டாள்.

"எங்களுக்குத் தெரியாதா அந்தப் பீங்கான் செங்கல் மாளிகை எப்படிக் கட்டியதுன்னு? துபாயில அரபிக் காரன்கள்லிருந்து ஹொங்கொங் சீனக்காரன்கள் வரைக் கும் தூக்கிக் கொடுத்துட்டு இங்க வந்துட்டா கடற்கன்னி போலக் காட்டிக்கிறதுக்கு. எங்கடவன் ராணுவ வீரங்கிற தால எங்களுக்குக் காசு பணம் தேவயில்ல. கல்லற மாதிரி வீடு வாசலில்லாமப் போனாலும் நல்ல கெளரவ மான வீட்டுப் பிள்ளையொண்ணுதான் தேவ. அந்த வேசைத் தனத்துல தேடிய காசு கொண்டுபோறதுக்கா?"

பேபிநோனா இவை குறித்து மகளிடம் கதைக்க விரும்பவில்லை. அந்தப் பையனின் அம்மா, ஆசிரியை கள், மருத்துவத் தாதிகளெனப் பலருக்கும் மகனைத் திருமணம் முடிக்கக் கேட்டுவருவதாகப் போகுமிடமெல் லாம் சொல்லித் திரிந்தாள். தனது மகளுக்கு ஆரம்பம் மறந்துவிட்டதென்று பேபிநோனா நினைத்தாள். அம்மா தான் அறியாமலேயே அடிக்கடி முத்துலதாவைத் திட்டியது மனதில் மறைத்துவைத்திருப்பவை குறித்து வெளிப்படையாகக் கதைக்காததாலேயே என எவருக்

கும் தோன்றவில்லை.

"நீ இப்போ பெரிய தோட்டங்களுக்குச் சொந்தக்காரி மாதிரித்தானே பேசுறே. அந்தச் செத்துப் போன புருஷனுக்கு நன்மை கிடைக்கச் செய்யவோ, பெருசா பிரித்கள் சொல்லி தானங்கள் கொடுக்கவோ வேணும்தானே? பௌர்ணமி நாள்ல விகாரைக்குப் போகணுமில்லையா? இளந்தாரிப் பிள்ளை களோட அம்மாதானே. நீ இப்போ வீட்டுக்கு வர்ற மனுஷங் களுக்கு வெத்தில சாப்பிடக் கொடுக்குறதில்லன்னு மாமா சொல்றார். அவருக்கு வெத்தில சாப்புட்டு முத்தத்துல துப்ப வேணாம்னு கூடச் சொன்னியாமே. இனி எப்படி அவங்க இந்த வீட்டுல கால் வைப்பாங்க? மாமாகள், தம்பிகள் எல் லோரும் டை கோட் உடுத்துத்தான் இந்த வீட்டுக்கு வரணும்னு நெனக்கிறியா? இப்படியே போய் ஒருநாள் நீ இந்தக் கெழவி அம்மாக்கும் சொல்வாய் களிசன் போடாம இங்க திரியப் படாதுன்னு. இப்ப நீ களிசன் போட்டுப் புடிச்ச போட்டோவ எல்லோரும் பார்க்கன்னு கெபினட்டுக்கு மேல வச்சிருக்குறது என்னத்துக்கு? அந்த நாடுகள்ல உன்னோட ஆட்டத்தக் காட்டுறதுக்கா?" அம்மா இன்னும் பலவற்றை, ஒன்றுக்கொன்று சம்பந்தமில்லாதவற்றையெல்லாம் சொன்னாள். அம்மா இந்தளவுக்குக் கோபத்தோடிருப்பது ஏனென்ற காரணத்தை முத்துலதாவால் யோசிக்கக் கூட முடியவில்லை.

"பெத்த அம்மாக்கிட்டிருந்து இந்தளவுக்குத் தேவயில்லாத கதையெல்லாம் கேக்குற அளவுக்கு நான் செஞ்ச பாவமென்ன தெய்வமே?" என்று முத்துலதா ஹொாங்கொங்கிலிருந்து கொண்டுவந்த சாய்கதிரையில் சாய்ந்து அழத் தொடங்கி னாள். பிறர் தவறான விதமாகச் சொல்லும்போது "அவங்க ளோட முட்டாள்தனம் – பொறாம – கிணத்துல இருக்குற தவளைங்க தானே" போன்றவற்றைச் சொல்லி நேராக தைரிய மாக இருப்பதுபோல காட்டிக்கொள்ள முடியும். ஆனால் தனது அம்மாவே அது போன்ற கதைகளைச் சொல்லும்போது இதயம் உடைந்துபோகாமல் இருக்குமா? அம்மா இதைவிட வும் அன்பாகவும் பொறுமையாகவும் இருக்க வேண்டுமல்லவா.

மகள்கள் இருவருக்கும் கடுமையான கட்டுப்பாடுகள் விதிக்கவும் முத்துலதா பயப்பட்டாள். அவர்கள் இருவரினதும் நெருங்கிய தோழியொருத்தி இது போன்ற பையனொருவனின் தொடர்பால் தற்கொலை செய்துகொண்டாள்தானே. இளம்யுவதிகள், பையன்கள் மட்டுமன்றிப் பெரியவர்களும் தற்கொலை செய்துகொள்வதில் குறைவில்லை. கடனைத்

திருப்பிக் கொடுக்க முடியாமலும் கிருமிநாசினிகள், உரங் களுக்கான செலவுகளுக்கு ஈடு கொடுக்க முடியாமலும்தான். அந்த நேரத்தில் தற்கொலை செய்துகொள்ளவும் அந்தக் கிருமிநாசினியிலிருந்தே கொஞ்சத்தை ஊற்றிக் கொள்வதைத் தவிர வேறு யாரிடமிருந்து உதவியும் பாதுகாப்பும்? அதனால் தான் இளைஞர்கள் மட்டுமில்லாமல் சின்னஞ்சிறுசுகள்கூடச் சின்ன விஷயத்துக்கெல்லாம் கிருமிநாசினி, அரளி விதை. கார்த்திகைக் கிழங்கென்று தேடிப் போகிறார்கள்.

முத்துலதா பிள்ளைகளிடம் ஆங்கிலம் கற்றுக்கொள்ளும் படி சொன்னாள். ஆனால் பள்ளிக்கூடத்தில் ஆங்கிலம் கற்பிக்கவரும் ஆசிரியர்கள், ஆசிரியைகள் அதிகநாட்கள் நீடித்திருக்கவில்லை. கணித பாடத்துக்கு வரும் ஆசிரியர்கள் மாணவர்களை 'கழுதைகள்' எனச் சொன்னார்கள். ஆகவே பிள்ளைகள் வியாபார நிலையங்களுக்கும் இராணுவத்துக்கும் போவதன்றி வேறெங்குதான் போக முடியும்? ஆங்கில வகுப்புக் களெடுக்கும் ஆசிரியர்களுக்குக்கூடச் சரியாக ஆங்கிலம் தெரிந் திருக்காதென முத்துலதாவுக்குத் தோன்றியது. அப்படியிருக்கும் போது மாணவர்களுக்கு ஏதாவது மகிழ்ச்சியும் எதிர்பார்ப்பும் தோன்றுவது இதுபோன்ற காதல் தொடர்புகளால்தானே. இதில் பலமாக எதிர்த்தால் என்ன செய்துகொள்வார்களெனத் தெரியாதே. முத்துலதா இதையெல்லாம் யோசித்திருந்தாள்.

பிரான்ஸ் எசமானியின் குழந்தை சிறியதாக இருந்த போதும் எசமானி அந்தக் குழந்தையோடு எல்லாவற்றையும் கதைத்தாள். ஏதாவது செய்ய வேண்டாமெனச் சொல்லும் போது, பெரியவர்களின் விருப்பத்தைப் பெற விவரிப்பதைப் போன்று அதற்கான காரணங்களைக் குழந்தையிடம் விளக்கி னாள். ஹொங்கொங்கில் அந்தக் குடும்பத்தோடு ஒன்றாக வேலைசெய்யக் கிடைத்த பங்களாதேஷைச் சேர்ந்த ஒருவர் எப்பொழுதுமே சீனர்களுக்குச் சிரிப்பார். அத்தோடு சீன மனிதர்களின் முன்னால் ஏமாற்றுக் கதைகளைச் சொன்னார். மொழி சரியாகப் புரியாவிடினும் அவன் மிகத் தந்திரசாலி யென முத்துலதாவுக்குப் புரிந்தது. முத்துலதாவை மின்தூக்கி யிலோ தெருவிலோ கண்டால் "மை ப்ரிட்டி மேட் ஃப்ரம் ஸ்ரீலங்கா" எனச் சொல்லி கட்டிப் பிடிக்கப் பார்ப்பான். எசமானியைக் கண்டால் அவளிடமும் பிரெஞ்ச் மொழியில் ஏதேதோ சொல்வான். போதையிலிருக்கும்போதும், பிறரின் விஷேட நிகழ்வுகளின் போதும் யாருடனாவது கொழுவிக் கொள்ளவே பார்ப்பான். பிரான்ஸ் எசமானி, அந்த மனிதன் 'கல்சர்ட்' இல்லை எனச் சொன்னாள். அது என்னதென்று

முத்துலதாவுக்குச் சரியாக விளங்கவில்லையெனினும், இரண்டு மூன்று பரம்பரைகள் செல்வச் செழிப்போடு வாழ்ந்து கல்வி யும் பெற்று நல்ல ஒழுங்கமைப்பைப் பெற்றால் மாத்திரமே பிரான்ஸ் எசமானியைப் போல ஒழுங்காக, இடம் பார்த்து வேலை செய்யமுடியுமென முத்துலதாவுக்குத் தோன்றியது. வாழ்க்கை கடினமாக இருக்கும்போது, எதிர்காலம் குறித்த அவநம்பிக்கை தோன்றும்போது தங்களுடைய குழந்தைகளிடம் கூடக் கண்ணியமாகவும், அன்பாகவும் பேசுவதென்பது முடியாமல் போய்விடுகிறது. இல்லாவிடில் அந்த பங்களாதேஷ் மனிதனைப் போல பிறரிடம் ஏமாற்றுக் கதைகளைச் சொல்லத் தோன்றும். முத்துலதாவுக்கு ஒவ்வொரு நாட்டிலும் பார்த்த, கேட்ட எல்லாமும் ஞாபகத்தில் வந்தது. பெரிய தொழில் களிலிருக்கும் பெரியவர்கள் சிலர் தங்கள் மனைவிகளை அடிப்பார்கள், திட்டுவார்களென அந்த வீடுகளில் வேலை செய்பவர்கள் சொல்லியிருக்கிறார்கள். அந்தவேளைகளில் முத்துலதாவின் எசமானியைப் போல எல்லாவற்றையும் பேசித் தீர்த்துக்கொள்ள ஏன் அந்த மனிதர்களால் முடியா தென முத்துலதாவுக்குத் தோன்றும்.

அப்பொழுது அறிந்தவற்றை, அந்தந்த நேரத்தில் மனதில் தோன்றியவற்றை அம்மாவிடமும் பிள்ளைகளிடமும்கூடக் கதைக்க முடியாமலிருப்பது எதனால்? அவர்கள் யாருக்குமே முத்துலதா அந்தந்த நாடுகளில் கற்றுக்கொண்டவற்றை அறிந்து கொள்ளும் ஆர்வமிருக்கவில்லை.

"ஐயையோ ... இந்த அம்மாவோட உபதேசங்களக் கேட்க நேரமில்ல" என்று பிள்ளைகள் வழிவிட்டுப் போனார்கள். தம்பியின் மகனென்றால் சில நேரங்களில் அந்தந்த நாடு களைப் பற்றிக் கேட்பான். அவன் பல்கலைக்கழகத்தில்தானே. "இந்த வழிமுறை தவறு", "உலகவங்கிதான் இதையெல்லாம் செய்யுது" என்றெல்லாம் அவன் சொல்வான். அவன் சொல்வ தெல்லாம் முத்துலதாவுக்கு விளங்கவில்லையெனினும் முத்து லதாவிடம் ஏதேனும் கேட்டறிந்து கொள்வது அவன் மட்டும் தானே.

முத்துலதாவின் குடும்பத்திலேயே நன்றாக முழுவதுமாகப் படித்தது மாமாவின் மகன் மட்டும்தான். அதுவும் அவனைச் சிறுவயதிலேயே பிக்குவாக்கியதால்தான் முடிந்தது. முத்து லதாவும் பிக்குவுக்குக் கணினியொன்று வாங்க உதவினாள். பிக்குவைச் சந்தித்து அறிவுரையொன்று பெறவேண்டுமென எண்ணி முத்துலதா நீண்ட கடிதமொன்று எழுதினாள்.

   அம்மாவின் ரகசியம்

அதற்குப் பதிலொன்று கூடக் கிடைக்கவில்லை. பிறகுதான் பிக்கு ஜப்பானுக்குப் போயிருப்பதாகக் கேள்விப்பட்டாள். முத்துலதாவின் மனதில் தோன்றுபவற்றைச் சொல்ல உறவினர் எவ்வாறாயினும் ஒரு தோழியாவது இல்லாமல் போனார்கள்.

சிற்றுண்டிக் கடையாவது சீன ஹோட்டலொன்றாவது நடத்த வேண்டுமென்ற எண்ணம் முத்துலதாவின் மனதில் சில நாட்கள் சுற்றியது. அதுபோன்ற ஒன்றுக்குப் பெண்பிள்ளை கள் எவ்வாறாயினும் மகனையாவது சேர்த்துக்கொள்ள முடியுமே. இதற்கிடையில்தான் அந்த இராணுவ வீரன் மூத்தவளுக்கு எழுதிய கடிதம் சிக்கியது. அதில் நள்ளிரவில் ஆற்றங்கரை மருத மரத்தடியில் திருட்டுத்தனமாக இருவரும் சந்தித்துக்கொண்ட தினமொன்றைப் பற்றி எழுதப்பட்டிருந் தது. அடுத்த விடுமுறைக்கு வரும்போதும் அவ்வாறே ஒன்று சேரக் காத்திருப்பதாகவும் எழுதியிருந்தான். முத்துலதாவுக்கு மயக்கம் வருவது போலிருந்தது.

9

முத்துலதாவுக்கு பிரான்ஸ் எசமானி நினைவில் வந்தாள். முதலாவதாகக் கலவரமடையக் கூடாதென்பதை மிக ஆழமாக மனதிலிருத்தினாள். நீண்ட காலத்துக்கு முன்பு உதயசிறியுடனான காதல் தொடர்பை அறிந்ததும் பேபிநோனா கன்னம் சிவக்க பல முறை அறைந்தாள்.

"புருஷனில்லாம வயித்தத் தள்ளிக்கிட்டு வழிதவறிப் போறதா உனக்கு வேணும்?" என்று பேபிநோனா கத்தினாள்.

ஊரில் எல்லா அம்மாக்களுமே அந்தக் காலத்தில் மகள்களை அப்படிச் சத்தம்போட்டார்கள். பல வருடங்களுக்குப் பிறகும் அந்நிலை அவ்வளவாக மாறவில்லை. எனினும் முத்துலதாவால் அவ்வாறு சத்தம்போட முடியவில்லை. அப்படிச் செய்தால் பிள்ளைகளுடனிருக்கும் இடைவெளி இன்னும் அதிகமாகுமென முத்துலதா நினைத்தாள். மூத்தவளுக்கு வந்த கடிதத்தில் உள்ளவற்றை அம்மாவிடம் சொன்னால் அம்மா கலவரப்பட்டு அழுது முட்டிமோதி கடைசியில் மகள் ஓடிப் போகுமளவுக்கு ஆகிவிடுமென முத்துலதாவுக்குத் தோன்றியது. ஆற்றுக்கருகிலேயே போய் இருவரையும் கையோடு பிடித்துவிட்டால் அதுகூட இளம்ஜோடிகளுக்குச் செய்யும் அவமரியாதையாகுமே.

சாப்பாட்டுக்கடை வைத்துக்கொண்டு ஊரிலிருக்காமல் முத்துலதா சிரைக்கப் போனாளென்று பிள்ளைகள் மூவரும் மட்டுமல்லாது மூத்தவளின் இளைஞனும் கூட நினைத்துக்கொண்டிருக்கக் கூடும். அப்படியிருக்கும் போது மகள்களை என்ன செய்தாலென்ன என்று ஊரில் மற்ற இளைஞர்கள்கூட நினைக்க இடமிருக்கிறது.

முத்துலதா அந்தக் கடிதத்தை இருந்த இடத்திலேயே வைத்தாள். வீடு வாசல் துப்புரவாக்கிச் சோறும் சமைத்து சீன முறையில் உணவொன்றும் தயாரிக்கத் தொடங்கினாள். மத்தியில் இறைச்சியும் மரக்கறியும் வைத்து நிறைத்த மாவு உருண்டையை அவித்துச் செய்யும் அந்த உணவுக்கு மூத்தவள் மிகவும் விருப்பம். வெளிநாட்டிலிருந்து வரும்போது கொண்டு வந்திருந்த புடிங் இனிப்புப் பொதியொன்றைத் திறந்தெடுத்து பாலூற்றிச் செய்தெடுத்தாள். பிள்ளைகள் கணினி வகுப்பு முடிந்து இரத்தினபுரியிலிருந்து வரும்வரைக்கும் விகாரைக்குப் போகக் காத்திருப்பது போன்ற அமைதியான முகத்தோடு பார்த்துக்கொண்டிருந்தாள்.

"முகம் கை கால் கழுவிக்கொண்டு வாங்களேன் இன் னிக்கு என்ன சாப்பிட இருக்குன்னு பார்க்க."

இரட்டையர் இருவருமே அம்மாவின் குரலிலிருந்த அன்பை எண்ணி வியந்தார்கள். அந்தத் தொடர்பு குறித்து அம்மா அறிந்துகொண்ட நாளிலிருந்து எதிரும் புதிருமாகத் தானே இருந்தார்கள்.

"நாங்க அனுராதபுரத்துக்காவது வேறெங்கயாவது ஒரு யாத்திரை போகணும்" முத்துலதா மகள்களுக்கும் கேட்கும் படி அம்மாவிடம் சொன்னாள். வீட்டின் பேரிரைச்சல் ஓய்ந்துவிட்டதென்று மகள்கள் இருவரும் மகிழ்ந்தனர். எனினும் பௌர்ணமி தின விடுமுறைக்குக் காதலன் வரும் போது வீட்டிலிருக்க முடியாமல் போய்விடுமோ என மூத்தவள் பயந்தாள். பேபிநோனாவுக்கென்றால் மா உருண்டை சாப்பிட விருப்பமில்லை. அதனால் சோறு போட்டு பீங்கானைக் கையில் எடுத்துக்கொண்டு போய்ப் பின்புறத் திண்ணையி லிருந்த வாங்கில் அமர்ந்துகொண்டாள். பளிங்குக்கற்கள் பதித்த சமையலறையில், நல்லதொரு மேசைக்கருகில் அமர்ந்து சோறு சாப்பிட்டாலும் நிலத்தில் திண்ணையிலோ வாங்கிலோ அமர்ந்து சாப்பிடுவது போல உடலிலொட்டாது என்றே பேபிநோனா சொல்வாள். அது சமையலறை அல்ல கோயில் போலத்தானே. முத்துலதா சீனாவிலிருந்து கொண்டுவந்த சமையலறைக் கடவுளான சீன தெய்வத்தின் உருவத்தையும் சமையலறையில்தானே வைத்திருக்கிறாள்.

"அம்மம்மா ஊட்டி விடுங்க. சாப்பிட அசதியாயிருக்கு" எனச் சொல்லிக்கொண்டு மகள் இருவரும் போய் பேபிநோனா அருகில் உட்கார்ந்து கொண்டார்கள்.

முத்துலதாவும் அம்மாவுக்கு இன்னும் சோறு, கறி

போட்டுவிட்டு அருகில் போய் வாயைத் திறந்து வைத்துக் கொண்டாள்.

"உனக்கெதுக்கு ஊட்டி விடணும் அதுவும் இந்த ஆனைப் பொம்பளைக்கு" எனச் சொன்னாலும் பேபிநோனா பேத்தி களுக்குப் போலவே மகளுக்கும் ஊட்டிவிட்டாள். மகள்கள் இருவரும் நன்றாகச் சிரித்தார்கள். முத்துலதாவும் சிரித்துக் கொண்டே ஒவ்வொரு நாட்டினதும் உணவுகள் குறித்த நகைச்சுவைக் கதைகளைச் சொன்னாள். இலங்கை மக்கள் சோற்று உருண்டைகளைச் சாப்பிடுவதைப் பார்த்து சீனர்கள் பயப்படுவார்கள் என்றும் விஷேட நிகழ்வுகளின்போது கிடைக்கும் உணவு வகைகள் குறித்தும் விவரித்தாள்.

"இங்க நாங்க சாப்பிடுற மாதிரி கையால சோறு சாப்பிடுறதப் பார்த்து நாங்க முறையான பழக்கவழக்கங்கள் இல்லாதவங்கன்னு அவங்க நெனப்பாங்க."

"குச்சிகளால மட்டுமில்ல. கரண்டி, முட்கரண்டிகளால சாப்பிடப் போனா அது எங்களுக்குக் கஷ்டம்தானே." மூத்தவள் சொன்னாள்.

மகள்கள் இருவரும் உதயசிறியைப் போல இருந்ததால் அம்மாவைப் போல நல்ல உடலமைப்பு இல்லை. பிள்ளைகள் உதயசிறியின் புகைப்படத்துக்குப் பூ மாலை போட்டு வைத் திருக்கிறார்கள். அரசியல் பற்றிய எந்த ஆர்வமும் இல்லாதிருந் தாலும் தந்தையை வாழ்க்கையைத் தியாகம் செய்த வீரனென்றே பிள்ளைகள் நினைத்தார்கள். அம்மாவிடமும் அன்பில்லாமல் இல்லை. ஆனால் அது வேறு வகையில்தானே. அம்மாவின் இளமையும் அழகும் தூய்மையும் எல்லாவற்றையும் ஒழுங்காக வைக்கும் தன்மையும் பிள்ளைகளின் மனதிற்கு அவ்வளவு மகிழ்வைத் தரவில்லை. அம்மா சேலை கட்டிப் போகும்போது பார்க்க மிகவும் கண்ணியமாக இருக்கும். பிள்ளைகளுக்கு இது என் அம்மா என்ற சம்பந்தத்தை உணரக் கஷ்டமாக இருந்தது. அம்மாவின் பார்வை புதுமையானது. சரியாக வேறெங்கோ தூரத்திலிருக்குமொன்றைப் பார்த்துக்கொண் டிருப்பது போலத் தோன்றும். அம்மாவைப் புரிந்துகொள்ள யாராலும் முடியாது. அம்மா எதற்காக ஊரில் எந்தக் கெட்ட பெயருமெடுக்காத ஒரு குடும்பத்துப் பையனை மறுக்க வேண்டும்? சோம்பேறி, போதைப் பழக்கமுள்ளவன், திருடன் இல்லையே. அம்மாவைப் பற்றிச் சொல்லப்படும் கதைகள் உண்மைதானோ ?

    அம்மாவின் ரகசியம்

ஊர்ப் பள்ளிக்கூடத்தில் படிக்கும்போது ஒரு நாள் வகுப்பாசிரியை இந்த இரட்டையர்கள் இருவரிடமும் மிகவும் அன்பாக இருந்ததால் கூடப்படிக்கும் ஒரு பெண்பிள்ளை கோபப்பட்டாள்.

"இந்த முழுப் பள்ளிக்கூடத்துக்குமே தெரியும் உங்க குடும்பத்து ஆட்களோட தரம். ஆர்மி கேம்புல இருந்து அரபு நாட்டுக்குப் போறதுவரைக்கும் சாதனை செஞ்சிதானே இருக்கு."

"என்ன பிசாசே சொன்னாய்?" என்று இந்த இருவரும் அவளோடு சண்டைக்குப் போனார்கள். அந்தப் பெண் பிள்ளை பேபிநோனாவுக்குக்கூட அவதூறுகள் சொன்னாள். நன்றாக உடுத்து ஊர் விகாரைக்குப் போனால்கூட அங்கிருந் தும் இங்கிருந்தும் அவதூறுகளைக் கேட்க வேண்டியிருந்தது. மகள்கள் எப்பொழுதுமே இவை குறித்து அம்மாவுக்கு எழுத வில்லை. அம்மம்மாவிடம் சொல்லவும் முடியாதே. தனியாகக் கவலைப்படும்போது எப்பொழுதும் நெஞ்சம் அடைத்துக் கொண்டது போலிருக்கும்.

சோறும் சீன மா உருண்டையும் புடிங்கும் சாப்பிட்ட பிறகு எல்லோருக்குமே தூக்கக் கலக்கம் வந்திருந்தது.

"போகாதீங்க. எனக்கு ஒண்ணு சொல்ல வேண்டியிருக்கு." முத்துலதா அமைதியான ஆழமான தொனியில் சொன்னாள்.

நிலத்திலிருந்து புகை எழும்பும் வெதுவெதுப்பான ஈரக் காலநிலையென்பதால் அப்படியே கண்ணை மூடி உறக்கத்தில் விழத் தோன்றினாலும் முத்துலதாவின் முகத்திலிருந்த புதுமை யான அமைதியால் யாருமே அங்கே இங்கே நகரவில்லை. அம்மா திரும்பவும் வெளிநாடு போகப் பார்க்கிறாளோ என இரட்டையர்கள் இருவரும் நினைத்தார்கள். மகள் திரும்பவும் திருமணம் செய்துகொள்ளப் போகிறாளோ தெரியாது எனவும் பேபிநோனா நினைத்தாள். அப்படி ஏதாவது சொன்னால் நன்றாக உப்பு, புளி சேர்த்துத் திட்டி அதுபோன்றவொரு முட்டாள்தனத்தைத் தவிர்த்துக்கொள்ளச் செய்ய வேண்டுமென உறுதியெடுத்துக்கொண்டு பேபிநோனா வசதியாக அமர்ந்துகொண்டாள்.

"நான் இப்ப சொல்லப் போறது இதுக்கு முன்னால எப்பவுமே சொல்ல முடியாமல் போன எல்லாத்தையும்தான். எனக்கு உங்க சின்ன வயசுல சித்தப்பா எங்க வீட்டுக்கு வந்து தங்கியிருந்த காலத்துலருந்து எல்லாத்தையும் சொல்ல ணும். பிள்ளைங்களே இதுமாதிரி எல்லாத்தையுமே சொல்ல

நெனச்சது எனக்குக் கூடக் கஷ்டமான ஒரு காரியம்தான். ஆனா உங்க எல்லோருக்கும் தெரியணும் அம்மா இப்படி இருந்ததுக்கு அம்மாவோட நெஞ்சுக்குள்ள எவ்வளவு விஷயங் கள் இருக்குன்னு. உங்களுக்கு நெனவிருக்கா என்கூட ஆர்மி கேம்புக்குப் போனது."

பேபிநோனா விறைத்துப் போனாள். இவ்வளவு காலத் துக்குப் பிறகு இதையெல்லாம் பேசுவது எதற்காக? அந்தப் பழைய கதைகளை இந்த இளையவர்களிடம் சொல்வது எதற்காக? எனினும் பேபிநோனா ஒரு வார்த்தைகூட வெளிப் படுத்தாமல் வெள்ளைப் பளிங்குக்கற்கள் பதித்த படிக்கட்டில் அமர்ந்திருக்கும் மகளை விழிகள் விரியப் பார்த்துக் கொண் டிருந்தாள்.

"எனக்குக் கொஞ்சம் நெனவிருக்கு ... மரமொண்ணுக்குக் கீழ வெளயாடிட்டிருக்கும்போது ஆர்மிக்காரரொருத்தர் எங்களுக்கு டொஃப்பியும் தந்தார் ..." இரண்டாவது மகள் சொன்னாள்.

"நிஜமாவா? எனக்குத் தெரியாதே டொஃப்பி தந்த கதை." முத்துலதா வியப்போடு சொன்னாள்.

"ஐயோ கடவுளே ... உனக்கென்ன பைத்தியமா? இப்ப என்னத்துக்கு முடிஞ்சுபோன விஷயங்கள திரும்பத் திரும்ப நெனவுபடுத்துறே? இப்ப எங்களுக்கிருக்கிறது செத்துப் போனவங்களுக்கு நன்மை தேடிக் கொடுத்து, உசிரோட இருக்குற மனுஷங்கள நல்லபடியாப் பார்த்துக்குறது மட்டும்தானே." பேபிநோனாவுக்குத் தொடர்ந்தும் அமைதி யாக இருக்க முடியாமல் போனது.

"அம்மா பேசாமலிருங்கோ. நான் இந்த உலகத்துலயே வேறு யாருடைய எதைப் பத்தியும் அவ்வளவா யோசிக்கிற தில்ல. ஆனா என்னப் பெத்த அம்மாக்கிட்டயும் நான் பெத்த மகள்களுக்கிட்டயும் சொல்ல வேண்டியதொண்ணு என் மனசுல இருக்கு. அத சொல்லலன்னா என் மகள்கள் கூட ..." முத்துலதாவின் தொண்டை அடைத்து விழிகளில் கண்ணீர் நிறைந்தது.

10

முத்துலதாவுக்கு கதைக்கமுடியாமல் கொஞ்ச நேரம் அமைதியாக இருக்க வேண்டியிருந்தது. பேபி நோனா உறைந்துபோயிருந்தாள். இரட்டையர்கள் இருவரும் அம்மாவின் முகத்தில் அப்படியொரு துக்கத்தை இதுவரை கண்டதில்லை. வெளிநாடு போகும் ஒவ்வொரு தடவையும் அம்மா அழுதாள். ஆனால் இது வேறு பெரிய கனத்துடன் இதயத்தைப் பிளந்து கொண்டு வெளியே வந்த துயரம் என்பதை இரட்டை யர்கள் இருவருமே உணர்ந்தனர்.

முத்துலதா சம்பூரணமாக இல்லாவிடினும் பல வருடங்களுக்கு முன்பு இராணுவ முகாமில் நடந்ததைச் சொன்னாள். அடையாள அட்டையை எடுத்துவர திரும்பப் போகாதது ஏனெனச் சுட்டிக்காட்டினாள். கடைக்கு இராணுவத்தினர் வரத் தொடங்கியதும் மத்தியகிழக்குக்குப் போவது அதை விடவும் சிறந்ததாகத் தோன்றியதெனச் சொல்லும்போது பிள்ளைகள் சிலிர்த் தனர். பேபிநோனா குனிந்து அணிந்திருந்த துணியா லேயே முகத்தைத் துடைத்துக் கொண்டாள்.

"எனக்கு உன்னோட அந்தப் பையன் மேல எந்தக் கோபதாபமும் இல்ல. இந்த யுனிஃபோர்ம் போடுறவங் களையே கண்ணுல காட்ட முடியாத ஒரு கோபம், வருத்தம் எனக்கிருக்கு. அந்த மாதிரியொரு விஷயத் துக்கு முகங்கொடுத்த பொம்பளைக்கு மட்டும்தான் அதோட கஷ்டம் தெரியும். அதனாலதான் பிள்ளை களே நாடுகடந்து போய்த் துயரப்பட்டு உழைச்சுக் கஷ்டப்பட்டுப் பணம் தேடினதல்லாம ஆம்பளைங்க பின்னால நான் போகாதது. அதுக்காகத்தான் உங்க ரெண்டுபேருக்குமே நல்லாப் படிச்சு நல்ல நெலமக்கு

வரச் சொல்றது. இந்தக்காலத்துல நடந்திருந்துச்சுன்னா கொல்லிட்டுச் சாகுறதுக்காவது இல்லேன்னா வழக்குப் போட்டிருக்கவாவது முடிஞ்சிருக்கும். ஆனா எனக்குப் பிள்ளைங்க மூணு பேரைத் தவிர என்னப்பத்தி யோசிக்க நேரமிருக்கல்ல. நீங்க அத மனசுல வச்சுக்கிட்டா எனக்குப் போதும்."

இரட்டையர் இருவரும் அவரவர் கைகளைப் பிடித்துக் கொண்டு அழத் தொடங்கினார்கள்.

"நீங்க விரும்புறவங்களக் கல்யாணம் பண்ணிக்குங்க. ஆனா எனக்கு நடந்ததுபோல முன்னுக்கு என்ன நடக்கும்னு தெரியாது. அதனால உங்களுக்குத் தனியாகவாவது வாழ்க்கை யோட போராடுற அளவுக்கு ஏதாச்சும் படிச்சுக்கொண் டல்லாம கல்யாணத்துக்கு அவசரப்பட வேணாம். எந்த ஒருத்தருக்கும் நெனக்காத, வேண்டாத விஷயங்களுக்கு முகங் கொடுக்க வேண்டியிருக்கும். ஆர்மிக்காரரொருத்தரோட வாழ்க்க எந்த நேரத்துக்குன்னு தெரியாது. அதனால எங்களுக்கு இதவிடவும் சக்தியிருக்கணும். ஆர்மி, பொலிஸை விட மனசுல பலமிருக்கணும் ஒரு பொண்ணுக்கு."

முத்துலதா அமைதியானாள். பேபிநோனா குடும்பத்தில் ஒரு மரணம் நிகழ்ந்துவிட்டதைப் போல விம்மி விம்மி அழுதாள். உதயசிறி காணாமல் போன நேரத்தில் அழ, துடிக்க ஆசுவாசம் யாருக்குமிருக்கவில்லை. இது சரியாகப் பல வருடங்கள் தாமதித்து அந்த மரணத்துக்கும் முத்துலதா வுக்கு நடந்தவற்றுக்கும் சேர்த்து அழுவது போலிருந்தது. கடந்துவந்த இத்தனை வருடங்களாக பேபிநோனாவுக்கும் அந்த நிகழ்வு மறந்துபோயிருக்கவில்லைதான். அன்று கையைக் காலைச் சுருட்டிக்கொண்டு பேபி நோனா வெளியே பார்த் திருந்தாலும் பொறுமையில்லாமலே இருந்தாள். அது குறித்து எப்போதும் அப்படி நடந்திருக்கும் இப்படி நடந்திருக்குமென சிந்தித்துப் பார்க்கவில்லையெனினும் அந்தக் கோபம் சில நேரங்களில் முத்துலதாவின் மேலேயே வந்தது.

அம்மாவும் இரட்டையர் இருவரும் அழும்போது முத்து லதா தன் கண்ணீரைத் துடைத்துக் கொண்டாள். மகள்கள் இருவருமே ஒரேயடியாகத் திருந்தி நீதிமன்றத்தில் வழக்காடு வதற்கு முடியுமான அளவுக்கு கல்வி கற்க நினைப்பார்கள் என்பது போல முத்துலதா எதிர்பார்க்கவில்லை. எனினும் இவையெல்லாவற்றையும் சொன்னபிறகு முத்துலதாவுக்குக்

   அம்மாவின் ரகசியம்

கனம் குறைந்ததுபோல இருந்தது. இது ஏதோ இரகசிய மருந்தொன்றை அடுத்த பரம்பரைக்குச் சொல்லிக் கொடுத்தது போன்ற புதுமையான விடுதலை. இதற்கு அடுத்ததாக அவர்கள் வழிதவறிப் போனாலும் முத்துலதாவுக்குச் செய்ய வேறேது மில்லை. ஆனாலும் முத்துலதா இப்பொழுது வெளிப்படுத்தி யவை எப்பொழுதும் அம்மாவிடம் கூடச் சொல்ல முடியுமென நினைத்துக்கூடப் பார்த்திராதது.

"இப்ப அழவேணாம். அந்த நாட்கள்ல எனக்கு அழத் தேவயிருந்தது ஆனாலும் அழ முடியாமப் போச்சு. எனக்கு செத்துப் போக வேண்டியிருந்தது. ஆனாலும் நான் வாழ்ந்தேன்."

முத்துலதா புன்னகையோடு எழுந்தாள்.

●